भगवान महावीर

मनावर विजय प्राप्त करण्याचा मार्ग

'विचारनियम' या बेस्टसेलर पुस्तकाचे रचनाकार

सरश्री

सकाळ प्रकाशन

सकाळ प्रकाशन

Bhagwan Mahaveer - Manavar Vijay Prapta Karnyacha Marg
by Sirshree Tejparkhi

भगवान महावीर

मनावर विजय प्राप्त करण्याचा मार्ग

सरश्री

प्रथम आवृत्ती : ऑक्टोबर २०१७

अक्षरजुळणी आणि मांडणी
अश्विनी महाजन

मुखपृष्ठ
मधुमिता शिंदे

प्रकाशक
सकाळ पेपर्स प्रा. लि.
५९५, बुधवार पेठ, पुणे ४११ ००२

ISBN : 978-93-86204-78-3

अधिक माहितीकरिता :
०२०-२४४० ५६७८/८८८८८ ४९०५०
sakalprakashan@esakal.com

भारतातील सर्व तीर्थंकरांना
हे पुस्तक समर्पित

अनुक्रमणिका

प्रस्तावना

अहिंसक मनाकडे... शब्दांच्या पलीकडे

जेव्हा मन आत (अंतरंगात), तेव्हा तुम्ही बनता महावीर

एका झाडाखाली नऊ माणसे गप्पा मारत होती. त्यांच्या हातात वेगवेगळ्या रंगांचे, आकारांचे डबे होते. हे डबे वाजवतच ते वादविवाद करत होते. त्यातील प्रत्येक जण एक गोष्ट अट्टाहासाने पटवून देत होता. ती म्हणजे, माझाच डबा इतरांच्या डब्यांपेक्षा किती आगळावेगळा आणि सर्वोत्तम आहे. 'हे पाहा, माझा डबा हा इतरांपेक्षा सगळ्यांत उपयुक्त आहे.' असे एक जण म्हणाला. यावर ताबडतोब दुसऱ्याने आपल्या डब्याकडे सर्वांचे लक्ष वेधून घेतले. तो म्हणाला, 'तुम्ही पाहिले का, माझ्या डब्यासोबत काही वस्तूदेखील फ्री (मोफत) आहेत. तसे त्यावर लिहिलेही आहे. तेव्हा माझाच डबा सगळ्यांत उत्तम आहे.' हे ऐकल्यावर तिसरा थोडाच गप्प राहणार! तोही म्हणाला, 'माझ्या या डब्याबरोबर हा मस्त साबण एकदम मोफत आहे. मग माझा डबा सगळ्या डब्यांपेक्षा श्रेष्ठ झाला की नाही!' अशा प्रकारे अत्यंत चढाओढीने प्रत्येक जण आपला डबा किती श्रेष्ठ आहे, हे पटवून देत होते.

तितक्यात तिथून चाललेल्या एका अनुभवी आणि अंतर्ज्ञानी मनुष्याने त्या सर्वांचे बोलणे ऐकले. त्या डब्यांचा जोरजोरात येणारा आवाज त्याच्या कानी पडला आणि त्याच वेळी ते सर्व डबे रिकामे असल्याची त्याला खातरीही

पटली. वास्तविक ते लोक ज्या गोष्टींसंबंधी इतके तावातावाने बोलत होते, त्या वस्तू प्रत्यक्षात त्या डब्यात नव्हत्याच. म्हणूनच ते डबे इतके जोरजोरात वाजत होते. हे सर्व पाहिल्यावर तो ज्ञानी मनुष्य त्या नऊ लोकांजवळ गेला. त्यांना म्हणाला, 'हे बघा, तुमच्याकडे असणारे डबे रिकामे आहेत. म्हणूनच ते जोरजोरात वाजत आहेत. तुम्ही वाजवायला सुरुवात केली तेव्हा ते भरलेले होते. परंतु आता त्यामध्ये काहीही शिल्लक नाही. त्यात जे होते ते कदाचित सांडले आहे... काहीतरी घडले आहे... जरा बघा तरी!'

हे ऐकल्यावर काही जण नाराज झाले. त्यांना वाटले, हा आपल्याला कमी लेखतोय, त्याच्या इच्छेनुसार शिकवत आहे. परंतु काहींना त्याचे बोलणे खरे वाटले. त्याच्या सांगण्यानुसार त्यांनी डबे उघडून बघितले तर त्यामध्ये खरोखरच काहीही नव्हते! कोणताही मसाला नव्हता. आतापर्यंत आपण रिकामेच डबे वाजवत होतो, हे समजल्यावर काही लोक त्या डब्यात नेमके काय होते हे शोधायला निघाले. परंतु ज्या लोकांना त्या अंतर्ज्ञानी मनुष्याचे म्हणणे समजले नाही, ते मात्र रिकामे डबेच वाजवत राहिले.

आता या उदाहरणाचा मथितार्थ लक्षात घ्या. डबे वाजवणे म्हणजे काय? तर, सत्यमार्गावर चालताना आपण काही शब्द ऐकतो, वाचतो. त्यातील काही शब्द आपल्याला खूपच आवडतात. हे शब्द म्हणजेच रिकामे डबे! कित्येक जण शब्दांवरच थांबतात. म्हणजे शब्दांनाच सत्य समजतात. डब्याच्या बाहेर काय लिहिले आहे, त्यावर मोफत काय मिळत आहे, डब्यात कोणकोणत्या गोष्टी आहेत, हेच वाचत राहिल्याने त्यातच अडकून पडतात. अशा वेळी डब्यात असणाऱ्या गोष्टीचा लाभ त्यांना योग्य प्रकारे घेताच येत नाही. तेव्हा, लक्षात घ्यायला हवे, की शब्द हे फक्त 'कंटेनर' म्हणजेच रिकामे डबे आहेत, बाह्य आवरण आहेत.

या बाह्य आवरणाच्या (शब्दांच्या) मदतीने आंतरिक जगताशी संपर्क स्थापित करणे हा शब्दांचा खरा उपयोग आहे. शब्द आपल्याला जगाशी जोडतात, तर मौन आपल्याला स्वत:शी जोडते. शब्दरूपी उंट अज्ञानाचे वाळवंट पार करण्यासाठी आपली मदत करतात. म्हणून शब्दांच्या उंटांवर बसून स्वत:ला म्हणजेच मौनाला विसरू नये. उंट जेव्हा पहाडाखाली (सत्य) येईल, तेव्हा त्याच्यावरून उतरावे. याचा अर्थच हा, की मौनाचा किंवा सत्याचा स्वाद मिळाल्यानंतर शब्दांना विन्मुख व्हा. त्यांच्यापासून दूर व्हा आणि मौनामध्ये हरवून जा. मौनाची शीतलता तप्त वाळवंटात म्हणजे मायेच्या दुनियेत आपल्याला मोठा आधार देईल, मायेच्या उष्ण झोतात टवटवीत ठेवेल. शब्द केवळ

कुल्फीच्या काडीप्रमाणे आहेत.

आयुष्यात शब्दांना किती आणि कसे महत्त्व द्यायचे हे समजले की आपण शब्दांकडे योग्य दृष्टीने पाहू शकाल. जसे, आपण शब्दांकडे कुल्फीची काडी म्हणून पाहा. थंडगार कुल्फीचा स्वाद चाखल्यानंतर आपण ती काडी फेकून देतो किंवा एखादी वस्तू बनवण्यासाठी तिचा रचनात्मक उपयोग करतो; त्याचप्रमाणे ज्ञानप्राप्तीनंतर सत्य समजावून सांगण्यासाठी शब्दांचा उपयोग करा, शब्दांच्या जाळ्यात गुरफटून जाऊ नका. प्रत्येक शब्दामागे अनेक अर्थ तसेच बोलणाऱ्याचे भाव दडलेले असतात. शब्दांच्या माध्यमातून बोलणाऱ्याला त्याचे भाव व्यक्त करायचे असतात; समोरच्या मनुष्याला भाषा शिकवायची नसते. परंतु अनेकदा ऐकणारा मनुष्य हा अर्थ समजून न घेता अनर्थ करतो. भाव जाणून न घेताच तो अनुमान लावतो. भावनेशिवाय असणारे अनुमान नेहमीच चुकीचे सिद्ध होते, ही बाब समजून घेतली असेल तर आपण कधीही शब्द, कथा, उपमा आणि उदाहरणांमध्ये न अडकता त्यामागे दडलेला भाव आणि ज्ञान यांचा अनुभव घ्याल. तेव्हाच खरे ज्ञान प्राप्त करून आपण महावीर बनाल.

आध्यात्मिक जीवनात नऊ प्रकारचे शब्द (डबे) आहेत – जप, तप, तंत्र, मंत्र, कर्म, धर्म, भक्ती, ध्यान आणि ज्ञान. या नऊ शब्दांचा आपण ज्या-ज्या वेळी उच्चार कराल, त्या-त्या वेळी त्यांच्या आत समजेचा (ज्ञानाचा) मसाला आहे किंवा नाही हे सजगतेने पाहा. शब्दांमागे समज नसेल तर ते फक्त डबेच राहतात. भगवान महावीरांनी आपल्या दिव्य वाणीने आपल्याला काही शब्द आणि महाव्रते दिली आहेत. आपल्याला त्या शब्दांचा योग्य वापर म्हणजेच त्या शब्दांमागे असणारा खरा अर्थ आत्मसात करता आला, तरच आपण हा संसाररूपी भवसागर पार करण्यासाठी महावीराचा (तीर्थंकराचा) लाभ घेऊ शकाल.

अंतिम सत्य समजून घेण्यासाठी आज लोक वेगवेगळ्या गोष्टी करत आहेत. परंतु समजेशिवाय केलेले ध्यान, तप, कर्म आणि सेवाकार्य अपूर्ण असते. रिकामे डबेच जोरजोरात वाजतात. म्हणजेच थोडेफार ज्ञान प्राप्त केल्यानंतर त्या ज्ञानाच्या आधारे लोक वादविवाद करत राहतात. हा वादविवाद म्हणजे केवळ शब्दच्छलच असतो. परंतु आपल्याला डब्यांच्या (शब्दांच्या) आतमध्ये नक्की काय आहे हे समजून घ्यायचे आहे. आपण जर हे केले नाही तर सत्यप्राप्तीसाठी आपल्याला अकारण कष्ट उपसावे लागतील. हे अगदी असेच झाले, जसे स्कूटर सुरू होण्यासाठी खूप वेळा किक मारल्यानंतर, प्रयत्न केल्यानंतर मग लक्षात येते, की स्कूटरमध्ये पेट्रोलच नाहीये.

वर जे नऊ प्रकारचे शब्द सांगितले आहेत – जप, तप, तंत्र, मंत्र, कर्म, धर्म, भक्ती, ध्यान व ज्ञान – ते मूळ सत्यापर्यंत पोहोचण्यासाठी सांगितलेले वेगवेगळे मार्ग आहेत. प्रत्येक शतकात, प्रत्येक संतांनी, प्रत्येक तीर्थंकरांनी वेगवेगळ्या शब्दांच्या माध्यमांतून

लोकांना सत्य सांगण्याचा प्रयत्न केला. त्यासाठी त्यांनी नानाविध मार्गांचा परिचयही करून दिला. या सर्व मार्गांचा शेवट हा मनावर विजय प्राप्त केल्यानंतरच गाठता येतो.

भगवान महावीरांनी लोकांना सत्यापर्यंत पोहोचवले. मनाला अहिंसक बनवण्यासाठी त्यांनी 'तप, अहिंसा व साधना' हा मार्ग सांगितला. भगवान महावीरांनी दिव्य ज्ञान लोकांना प्रदान केले, त्या वेळी त्यांना समजेसह तप आणि साधना यांचा मार्गदेखील दाखवला. परंतु आज तपमार्ग हा बहुतांश ठिकाणी केवळ कर्मकांड बनला आहे. त्यामुळे पुस्तकाच्या सुरुवातीलाच उदाहरणाच्या आधारे आपल्याला सांगितले, की डब्यांच्या आतील सार – मूलतत्त्व निघून जाते, तेव्हा लोक रिकामे डबेच वाजवत राहतात.

प्रस्तुत पुस्तकात, नवीन शब्दांच्या माध्यमातून भगवान महावीरांचे चरित्र आणि त्यांची शिकवण वाचकांसमोर मांडली आहे. नवीन शब्दांत न अडकता आपण शब्दांमधील मसाला म्हणजेच शब्दांचे सार, गाभा पाहा. त्याआधारे, मनावर विजय प्राप्त करण्याचे महत्त्व ओळखून आत्मसाक्षात्काराच्या महायात्रेचा श्रीगणेशा करा.

मन जेव्हा आत असते तेव्हा ते मंदिर असते. मात्र, ते जेव्हा बाहेर असते तेव्हा नकला करणारे माकड असते. शिवाय असेही म्हणता येईल, की मन जेव्हा आतमध्ये असते तेव्हा तुम्ही महावीर असता. महावीरांचे जीवन जाणून या मनाला प्रशिक्षण द्या. म्हणजेच मदमस्त हत्तीला प्रेम आणि समज यांचा अंकुश लावा. आत्मनिरीक्षण, एकाग्रता आणि ध्यान यांचे प्रशिक्षण देऊन मनाची शुद्धता वाढवा. त्यानंतरच शुद्ध मन नि:स्वार्थ सेवेमध्ये अव्यक्तिगत जीवन जगण्यासाठी तयार होईल.

अप्रशिक्षित मन सदैव टोकाच्या भूमिका घेते. असे मन कुसंगामध्ये फसून केवळ परदोष पाहून हिंसा करते. मग हे हिंसक मन नकारात्मक विचारांच्या दबावाखाली शारीरिक तणावाला आमंत्रण देते. तेव्हा, आजपासूनच आपल्या जीवनात शुभ आणि सकारात्मक विचारांना प्रोत्साहन द्या. महावीरांच्या चरित्रात आणि त्यांच्या उपदेशात सांगितल्यानुसार आपल्या मनाला कर्म, ध्यान, भक्तिसाधना आणि अहिंसा यांचा स्वाद देऊन ताब्यात आणा, त्याच्यावर विजय प्राप्त करा.

महावीरांच्या उपदेशांचा खरा अर्थ आपल्याला समजला असेल, तर प्रस्तुत पुस्तक स्वबोधप्राप्ती म्हणजेच खऱ्या सत्यापर्यंत पोहोचण्यासाठी अवश्य प्रेरणादायी बनू शकते.

– सरश्री

१

मनावर विजय

मनावर मनन

मन जेव्हा आतमध्ये असते, तेव्हा आपण महावीर म्हणजे विजयी होतो. मनावर विजय प्राप्त करणे म्हणजे पाण्यातील गढूळपणा, अस्वच्छता दूर करणे होय. मन पाण्याप्रमाणे निर्मळ, नितळ असते. परंतु त्यामध्ये 'मी'चा भाव, अहंकाराची माती मिसळताच ते पाणी अशुद्ध, असुर म्हणजे राक्षस बनते. हे राक्षसी मन मनुष्याचा तपोभंग करते.

मन अत्यंत सूक्ष्म आहे. ते समजायला आणि साध्य करायला अत्यंत कठीण आहे. मन तीव्र गतीने आणि चपळाईने विश्वाच्या कानाकोपऱ्यांत कधीही पोहोचते, हे आपण अनुभवले असेलच. मनावर विजय प्राप्त करणे हे महावीराचे काम आहे. हा विजय युद्ध करून नव्हे, तर मनाला समजून घेऊन प्राप्त करता येतो. प्रस्तुत पुस्तक आपल्याला महावीरांचे जीवन आणि मनावर विजय प्राप्त करण्याचा मार्ग सांगते. महावीरांची निडरता, साहस आणि अटळ संकल्पच जिन म्हणजेच मनाला वशीभूत करणारा बनवतो.

मन आपले शत्रू नाही, हे समजून घेऊन आपण जेव्हा मनावर काम करतो, तेव्हा आपल्याला मनाकडून सहज साहाय्य मिळते. पण, मन जेव्हा विचारांच्या कोलांटउड्या मारू लागते, तेव्हा ते तुलनात्मक मन (कॉन्ट्रास्ट मन) बनते. मनात जितके जास्त विचार असतात तेवढे ते आखडू, अहंकारी, कट्टर बनत जाते. मात्र, मनाच्या विचारांना जेव्हा दिशा मिळते, तेव्हा ते आज्ञाधारक आणि अकंप बनू लागते.

- दु:खाचे विचार शरीरावर दु:खद संवेदना आणि दु:खाचे भाव तयार करतात.
- सुखाचे विचार शरीरावर सुखाच्या संवेदना आणि सुखद भाव तयार करतात.
- सुख-दु:ख दोन्हींच्या पलीकडील सत्याच्या समजेतून येणारे विचार, शरीराला उच्चतम अभिव्यक्तीसाठी तयार करतात. हे विचार शरीरामध्ये आनंदाचे भाव प्रकट करतात.
- भूतकाळ व भविष्यकाळाचे विचार मनाला ध्येयहीन बनवून हताश करतात.
- मान्यता म्हणजेच अज्ञानाचे विचार, जे मनाकडून दुष्कर्म करवून घेतात.
- अहंकाराचे विचार मनाला अपराधी बनवतात.

विचार करा, अशा मनाला सोबत घेऊन आपण फिरत असतो. हे मन खरे तर निर्मल जल आहे. परंतु अहंकार, अज्ञान आणि बेहोशीच्या दारुगोळ्यामुळे ते बॉम्बदेखील बनू शकते. जगात प्रत्येक जण हा बॉम्ब घेऊनच वावरत असतो. या मनाला (बॉम्बला) नमन (डिफ्यूज) करता येईल का? आपले उत्तर जर 'हो' असेल तर पुढील प्रश्न निर्माण होतो, हे काम कसे करता येईल? त्याचे उत्तर आहे, 'महावीर बनून'!

महावीरांनी आपल्या जीवनात हे कार्य करून दाखवले. जगासाठी ते महान प्रेरणा ठरले. महावीरांच्या चरित्रामधून आपणदेखील ही प्रेरणा प्राप्त करू शकाल.

मन एखाद्या माकडासारखे असते, हे आपण बघितलेच. बाह्य जगतात, उथळपणे धुमाकूळ घालणारे ते एक माकड आहे. या माकडाला सत्यप्राप्तीच्या ध्येयाबरोबरच विवेकाचा लगामही आवश्यक असतो.

मनरूपी माकडाचे सत्यरूपी ध्येयावर प्रेम जडते, तेव्हा ते प्रेम मिळवण्यासाठी मन त्याची प्रत्येक कृती सजगतेने करू लागते. आपला प्रत्येक पॅटर्न, चुकीच्या सवयी, वृत्ती तोडू लागते. अशा प्रकारे सजगता, प्रज्ञा अणि भक्ती यांच्यामुळे ते आपल्या शरीरावर नियंत्रण मिळवते. हा प्रयत्न सत्याच्या तृष्णेमुळे सहजरीत्या घडतो. पाहणाऱ्याला हा प्रयास म्हणजे तप वाटेल. परंतु प्रयत्न करणारा या प्रयत्नांना प्रेम किंवा सत्याची ओढ, तृष्णा असे संबोधेल. या प्रेमामुळे आणि सत्यतृष्णेमुळे आपण आपल्या मनाचे स्वामी बनू शकतो.

मनाचा स्वामी बनणे म्हणजे मनावर नियंत्रण मिळवणे; परंतु हा ताबा कोणतीही जबरदस्ती करून मिळवायचा नसून संयम आणि समजेच्या आधारे मनाला नियंत्रणात आणायचे आहे. अन्यथा, लोक जबरदस्तीने मनावर नियंत्रण मिळवण्याचा प्रयत्न करतात आणि असफल होतात. त्यामुळे मन ताब्यात तर येतच नाही, उलट ते आणखीच स्वैर बनते. जसे, मंदिरात ध्यान करत असताना एखाद्याला लोभ-लालसेचे विचार आले. आता त्या विचारांवर त्याने विचार केला, की 'मंदिरात हे विचार माझ्या मनात यायला नकोत... वाईट विचार यायला नकोत... मी मंदिराचा पुजारी आहे... असे विचार माझ्या मनात अजिबात

यायला नकोत...' तर, वारंवार एकसारखेच विचार करून त्या विचारांपासून स्वत:चा बचाव करण्याचा तो जितका प्रयत्न करेल, तितकेच ते विचार त्याच्यावर कब्जा करतील. परंतु, जर का विचारांशी दोन हात न करता, त्यांच्याशी न भांडता, सत्य-समजेतून विचारांचा साक्षी बनायला शिकला तर लवकरच तो स्वसाक्षीचादेखील साक्षी बनेल. स्वसाक्षी म्हणजे आपल्या आतमध्ये स्वत:ला जाणणारे चैतन्य! आपण जेव्हा स्वसाक्षीचेदेखील साक्षी बनतो, तेव्हा मनावर विजय प्राप्त होतो.

अज्ञानात मन नेहमीच जुन्या गोष्टी, जुने ज्ञान धरून ठेवते. 'मला अमुक देवाचे या या रूपात दर्शन करायचे आहे... मला आज्ञाचक्रावर प्रकाश पाहायचा आहे... मला अनहद नाद ऐकायचा आहे... मला अमृतपान करायचे आहे... मला तरंग अनुभवायचे आहेत... मला सोन्यामोत्याच्या दागिन्यांनी सजलेला देव बघायचा आहे...' अशा प्रकारच्या धारणा आणि इच्छा मन बाळगते. पण, जेव्हा अज्ञानाचा काळोख मावळतो आणि कैवल्यज्ञान प्रकट होते, तेव्हा मनुष्य शरीरावर मिळणाऱ्या अनुभवांच्या पलीकडे जाऊन स्वानुभवात (स्वसाक्षीमध्ये) स्थापित होतो.

मन म्हणजे विचारांनी भरून वाहणारे गाठोडे आहे. या विचारांना निमित्त बनवायला शिकल्यानंतर विचार साप नव्हे, तर विकासाची शिडी बनतील. त्यानंतर मन हे एखाद्या प्रामाणिक आणि विनम्र नोकराप्रमाणे आपल्याशी वागेल आणि ते नमन होईल.

एखाद्या अज्ञात स्थळी मन पटकन जात नाही. म्हणूनच ते आपल्या अंतरंगात जात नाही. आतील स्थान आपल्यासाठी अज्ञात (unknown) आहे. बाहेरील सर्व ठिकाणे सगळ्यांनाच परिचित असतात. जसे, आपण घरी जातो... ऑफिसमध्ये जातो... किंवा शाळेत जातो... हे सर्व आपल्या माहितीचे, परिचयाचे आहे. परंतु आंतरिक जगाशी आपला परिचय नाही. त्यामुळेच माहितीच्या, ओळखीच्या ठिकाणी आपण सहजपणे जातो. परंतु जे अज्ञात असते, तिथे सहजासहजी जात नाही. हाच अध्यात्मातील निखळलेला दुवा आहे. यासाठी अज्ञाताला ज्ञात करायचे आहे. आपल्या अंतर्यामी काय आहे हे जाणायचे आहे. आपण जितके सत्यश्रवण, पठण, ध्यान कराल तितके मन आतमध्ये जाईल. यामुळे आपल्याला आतमध्ये जाण्याची अधिकाधिक प्रेरणा मिळेल, मौनामध्ये जाण्याची उत्सुकता वाटू लागेल.

ही अवस्था जोपर्यंत येत नाही, तोपर्यंत निरंतरतेने मनाला जाणण्याचे कार्य करत राहा. महापुरुषांच्या आणि महावीरांच्या जीवनामधून प्रेरणा घेत राहा. मग एक दिवस मनावर विजय प्राप्त करण्यात आपण नक्कीच यशस्वी व्हाल.

❑❑❑

२

महावीर कोण?

महावीरांचे शब्द

मनुष्याचे मन अंतर्यामी जसजसे एकाग्र होत जाते, तसतशी त्याच्यामध्ये सत्याची समज जागृत होऊ लागते. अंतर्यामी मन जेव्हा आतूनच त्याच्या चंचलतेचा त्याग करून स्वानुभवामध्ये विलीन होते, तेव्हा आपण महावीर बनतो.

एकदा एका आश्रमात काही लोक गुरुजींना भेटायला गेले. तेव्हा त्यांना प्रवेशद्वारापाशीच थोडा वेळ थांबायला सांगितले. तिथे काही चेंडू ठेवले होते. गुरुजींचे बोलावणे येईपर्यंत त्या लोकांना चेंडू खेळायला सांगितले. फक्त खेळायलाच सांगितले नाही, तर नेम धरून चेंडू मारण्याचे उद्दिष्टही त्यांना दिले.

आता ती माणसे चेंडू खेळू लागली, फेकू लागली. परंतु खेळून-खेळून खेळणार तरी किती? शेवटी वैतागून काही जण म्हणाले, 'खूप वेळ झाला. आता आम्ही थकलो. गुरुजींचे दर्शन होण्याचे काही चिन्ह दिसत नाहीये. आम्ही निघतो आता...' असे म्हणून ते परत जाऊ लागले. त्याच वेळी त्यांना एक मनुष्य चेंडू खेळता-खेळता आश्रमाच्या आतमध्ये जाताना दिसला. ते पाहिल्यावर परत निघालेले लोक संभ्रमात पडले. 'आतमध्ये जाण्याची मनाई केली असताना हा मनुष्य आत गेलाच कसा?' असा प्रश्न त्यांना पडला.

बाहेर आल्यानंतर त्या माणसाला सगळ्यांनी घेरले. आणि उत्सुकतेने विचारले, 'तू आतमध्ये कसा गेलास?' यावर तो म्हणाला, 'तुम्ही ज्या चेंडूने खेळत होता त्यावर जो एक शब्द लिहिला होता, तो तुम्ही वाचला का? वेगवेगळ्या चेंडूंवर वेगवेगळे शब्द लिहिले होते. त्या सगळ्यांचा एकत्रित अर्थ असा होतो, की 'चेंडू खेळून थकला असाल तर आतमध्ये जा.' मी सगळ्या चेंडूंवरचे शब्द बघितले. शब्दाला शब्द जोडले, अर्थ समजून घेतला आणि मग मला आतमध्ये जाण्याची परवानगी मिळाली. खरे तर अनुमती आधीच मिळालेली होती. परंतु आपले ध्यान अप्रशिक्षित होते. ध्यानाला प्रशिक्षण मिळताच सहजपणे मी आतमध्ये गेलो.'

इतर लोक चेंडूबरोबर खेळतच राहिले. परंतु त्यांनी चेंडूकडे लक्ष दिले नाही आणि काहींचे ध्यान गेले असले तरीही एका शब्दामुळे त्यांना अर्थ समजला नाही. पण त्यांच्यापैकीच एकाने चेंडू काळजीपूर्वक बघितला. त्याच्यावर काय लिहिले आहे हे तपासले. शिवाय प्रत्येक चेंडूवर वेगवेगळे शब्द लिहिले आहेत याचाही त्याने अभ्यास केला आणि त्यानंतर तो आतमध्ये गेला. कारण आतमध्ये जाणे खूप सोपे आहे, ही गोष्ट त्याला चेंडूंच्या माध्यमातून समजली होती.

वरील गोष्टीत चेंडूवर असणारा संकेत त्या चाणाक्ष मनुष्याने समजून घेतला. परंतु कोणत्याही संकेताशिवाय एखाद्याला थेट सांगितले, 'आपल्या आतमध्ये जा. कारण आत एक अद्‌भुत गोष्ट आहे.' तर ऐकणारा म्हणेल, 'माझ्या अंतर्यामी मी जातो. परंतु मला तिथे काहीही दिसत नाही. म्हणून पुन्हा बाहेर येतो.' तुम्ही तर म्हणता, 'आतमध्ये एक अद्‌भुत गोष्ट आहे. पण आतमध्ये काय आहे? आम्ही तर रोजच आत जातो. तिथे काहीही नाही. अगणित, असंख्य विचार तेवढे आहेत...' तेव्हा त्याच्या शंकेचे निरसन करताना सांगितले जाईल, 'विचारांना पाहणारा आणि जाणणारादेखील अंतर्यामीच आहे. परंतु आवश्यक तितकी समज नसल्याने त्याच्याकडे लक्ष जात नाही म्हणून मनुष्य ताबडतोब बाहेर येतो.'

जागरुकपणे चेंडूचा खेळ पाहणारा मनुष्य हा साक्षी बनून विचारांमध्ये न अडकता सत्य जाणून घेतो. सजगतेमुळे तो आवश्यक तितकाच सांसारिक कार्यांशी जोडला जातो, चेंडू खेळतो. मात्र, लोक चेंडू खेळण्यातच गुंतून पडतात आणि अज्ञानात फक्त खेळतच राहतात. चेंडू खेळताना म्हणजे बाह्य क्रिया करताना कुणाला थकवा जाणवला तर तो आतमध्ये जाईल. परंतु या खेळातच रमणारा अंतर्यामी जाणार नाही, तो बाहेरच राहील. कारण खेळताना त्याला कोणतीही जागृती नसते. त्याचा खेळ बेहोशीतच सुरू असतो. तो चेंडू फेकत आहे... उचलत आहे... पुन्हा फेकत आहे... उचलत आहे... सगळे काही

अज्ञानात सुरू आहे. या उदाहरणातून, आपण आपली कार्ये जागृतीमध्ये करत आहात किंवा नाही याकडे लक्ष वेधण्याचा प्रयत्न केला आहे. असेच प्रयत्न २५०० वर्षांपूर्वी 'भगवान महावीरांनी' केले होते.

महावीर कोण? वर्धमान कोण?

महावीर कोण? अत्यंत बलवान मनुष्याला महावीर म्हणायचे का? कुणी हिमालय पर्वत पादाक्रांत केला म्हणून त्याला महावीर म्हणायचे का? कुणी चंद्रावर पाऊलखुणा उमटवल्या म्हणून त्याला महावीर म्हणायचे का? महावीर म्हणजे तो, ज्याचे मन आतमध्ये स्थापित झालेले आहे. मन अंतर्यामी नेणे हे पराक्रमाचे कार्य आहे. त्यासंबंधी ज्यांनी थोडादेखील प्रयत्न केला त्यांना ठाऊक असेल, की मनाला आतमध्ये टिकवण्याचा प्रयत्न केला, तर ते इकडेतिकडे धावू लागते. ज्याप्रमाणे जंगली हत्तीला प्रशिक्षित करण्यासाठी आत्यंतिक बळ आणि समजेचा अंकुश यांची आवश्यकता भासते, त्याचप्रमाणे मनावर नियंत्रण मिळवण्यासाठी अफाट शौर्याची गरज असते.

एखाद्याला 'महावीर चक्र' मिळाले. म्हणून तो 'महावीर' झाला का? नाही. ज्या शरीराला महावीर म्हटले आहे, त्यांचे खरे नाव महावीर नव्हते. २५०० वर्षांपूर्वी जेव्हा महावीरांचा जन्म झाला, तेव्हा त्यांचे नाव 'वर्धमान' असे ठेवले गेले. वर्धमानाचा अर्थ आहे उन्नती, प्रगती, भरभराट. महावीरांसंबंधी असणाऱ्या पुस्तकांमध्ये तर असे म्हटले आहे, की वर्धमानाच्या जन्मानंतर त्यांच्या कुटुंबात आणि राज्यात भरभराट होत गेली. जसे, एखाद्याच्या घरात मूल जन्माला येते आणि त्याच वेळी त्या घरातील माणसांच्या बाबतीत काही चांगल्या घटना घडतात. लॉटरी लागते, घर मिळते, एखादे काम होते... अशा घटनांचा संबंध बाळाच्या जन्माबरोबर जोडला जातो. 'हे बाळ जन्माला आले आणि चांगल्या घटना घडू लागल्या' असे म्हटले जाते. महावीरांच्या बाबतीतही असेच घडले. त्यामुळे त्यांचे नाव 'वर्धमान' ठेवले. वर्धमानाचा अर्थ वृद्धी करणारा, वाढवणारा. ज्यांच्या आगमनामुळे विविध गोष्टींमध्ये वाढ होत गेली. उदाहरणार्थ, राज्याची सीमा, संपत्ती, सैन्य इत्यादी. हा झाला रूढ अर्थ. मात्र, वर्धमानाचा खरा अर्थ आहे, जो वर्तमानामध्ये स्थापित होतो.

❑❑❑

खंड १

भगवान महावीरांचे जीवन दर्शन

३

महावीरांचा जन्म

तीर्थंकरांचे कार्य

भगवान महावीरांच्या शरीराचा जन्म इ.स. पूर्व ५९९मध्ये झाला. परंतु खऱ्या महावीराचा जन्म आणि मृत्यू दोन्हीही होत नाही. जन्म हा केवळ मनोशरीर यंत्राचा (शरीराचाच) होतो. भगवान बुद्ध आणि महावीर समकालीन महापुरुष होते. त्यांनी ध्यान, साधना आणि तप यांच्या माध्यमांतून मनुष्याची चेतना उंचावून तिचा ईश्वरीय चेतनेशी संगम घडवून आणला. म्हणून त्यांना 'भगवान' म्हटले गेले.

भगवान महावीर जैन धर्माचे अंतिम (चोविसावे) तीर्थंकर झाले. त्यांच्या अगोदर २३ तीर्थंकर झाले. ज्यामध्ये भगवान ऋषभदेव हे पहिले तीर्थंकर होते.

तीर्थंकरचा अर्थ आहे पूल, घाट, सेतू किंवा गुरू. जो आधार आपल्याला नदीचा दुसरा किनारा देतो, त्याला तीर्थ म्हणतात. जो महामानव आपल्याला तो आधार देतो, त्याला तीर्थंकर म्हणतात. या आधाराने अत्यंत दीन, दुबळा मनुष्यदेखील संसाररूपी महासागर आत्मविश्वासपूर्वक पार करू शकतो. म्हणूनच तीर्थंकरांचे महत्त्व अनन्यसाधारण आहे.

महावीरांचा जन्म हा आताच्या बिहार म्हणून ओळखल्या जाणाऱ्या प्रांतात त्या वेळच्या वैशाली राज्यात, कुंदपूर नगरामध्ये झाला. त्यालाच कुंदाग्राम असेही म्हटले आहे. त्यांच्या वडिलांचे नाव सिद्धार्थ आणि आईचे नाव त्रिशलादेवी होते. त्यांचे वडील एक क्षत्रिय राजा होते. राजा-राणी दोघेही जैन धर्माचे तेविसावे तीर्थंकर, भगवान पार्श्वनाथ

यांचे भक्त होते. महावीरांच्या जन्माअगोदर त्यांना नंदीवर्धन नावाचा मुलगा आणि सुदर्शना नावाची मुलगी होती. निसर्गसंपन्न अशा कुंदाग्राममध्ये राजा सिद्धार्थांचा अत्यंत सुंदर आणि भव्य राजमहाल होता.

दिव्य स्वप्न

महावीरांच्या जन्माअगोदरची ही घटना प्रसिद्ध मानली जाते. एके दिवशी राजा आणि राणी जलविहारासाठी नंदन कानन येथे गेले. पोहून झाल्यावर पाण्यातून बाहेर येताना त्यांना सूर्यदर्शन घडले. त्या वेळी सूर्याला अर्घ्य देताना त्यांना सूर्यामध्ये जैन धर्माचे पहिले तीर्थंकर भगवान ऋषभदेव यांची मुखाकृती दिसली. ती बघितल्यानंतर भगवान ऋषभदेव जणू काही आकाशवाणीद्वारा राजा आणि राणीला आशीर्वादच देत आहेत, असा आभास त्यांना झाला. हा आशीर्वाद होता, 'सदा सुखी राहा. संपूर्ण विश्वाच्या कल्याणाकरिता मी लवकरच तुमच्या घरी जन्म घेणार आहे.' या आशीर्वादाने राणी त्रिशलाला आगळीवेगळी शांतता आणि समाधान जाणवले. ही आकाशवाणी अंतराळातून झाली असेल किंवा अंतरंगातून मिळालेल्या मार्गदर्शकाकडून... दोन्हीही परिस्थितीत भगवान महावीरांच्या आगमनाचे ध्येय त्यांच्या मातेला ज्ञात झाले.

थोड्या दिवसांनंतर एके रात्री राजा आणि राणी गाढ झोपेत असताना राणीने एक वेगळेच स्वप्न बघितले. स्वप्नामध्ये राणीला महालक्ष्मीचे दर्शन झाले. तिने बघितले, की लक्ष्मी एका सुंदर कमळावर बसली आहे. नंतर तिथे एक पांढराशुभ्र हत्ती आला. त्याच्या सोंडेमध्ये कमळाचे फूल होते. तिथे एक देखणा वृषभदेखील (बैलदेखील) होता. त्याच्या गळ्यात कमळाच्या फुलांचा हार होता. मग राणीने बघितले, की महालक्ष्मी, हत्ती आणि वृषभ तिघेही ढगांमध्ये परिवर्तित होत आहेत आणि तिच्या प्रत्येक श्वासाबरोबर ते तिच्या शरीरामध्ये समाविष्ट होत आहेत. आपल्या प्रत्येक श्वासाबरोबर ती एक मधुर आणि मुग्ध करणारा सुगंधदेखील अनुभवत होती. नंतर तिने बघितले, की हे संपूर्ण दृश्य चमत्कारिकरीत्या झगमगत होते आणि त्याच वेळी एक सुरेल संगीतदेखील ऐकू येत होते.

सकाळी उठल्यानंतर राणी त्रिशला ताबडतोब राजा सिद्धार्थच्या महालात गेली. राजाला म्हणाली, 'महाराज, मी रात्री स्वप्नामध्ये महालक्ष्मी, पांढरा हत्ती आणि वृषभ बघितला. ते सगळेच माझ्या श्वासाबरोबर माझ्या शरीराच्या आत प्रवेश करत आहेत असे वाटले. मला या अद्‌भुत स्वप्नाचा अर्थ समजला नाही.'

हे ऐकून स्वत: विद्वान असलेले राजा सिद्धार्थ अत्यंत खूश झाले. ते राणीला म्हणाले, 'हे एखादे दिव्य स्वप्न असावे असे वाटते. मी उद्याच राज्यातील सर्वोत्तम ज्योतिषांना बोलावून घेतो आणि या स्वप्नासंबंधी त्यांना सांगतो. त्यांचे काय म्हणणे आहे ते पाहू या.

मला तरी वाटत आहे, की आपल्याला लवकरच एखादी छान बातमी ऐकायला मिळणार आहे.' हे ऐकून राणीदेखील अत्यंत प्रसन्न झाली आणि म्हणाली, 'मला वाटतंय, की आई बनण्याची माझी इच्छा पूर्ण होणार आहे. मला जर पुन्हा मातृत्व लाभले तर मी खूप दानधर्म करेन.' राजा सिद्धार्थ राणीला म्हणाला, 'तुझी इच्छा पूर्ण करण्यासाठी मी सर्व काही करेन.'

ज्योतिष्यांची भविष्यवाणी

राजाने राज्यातील सर्व महान आणि ज्ञानी ज्योतिष्यांना राजदरबारात आमंत्रित केले. राणीला पडलेल्या त्या अद्‌भुत स्वप्नाविषयी त्यांना सांगितले आणि त्या अनोख्या स्वप्नाचा अर्थही विचारला.

सगळे ज्योतिषी आपापसांत चर्चा करू लागले. त्यांनी स्वप्नाबाबत परस्परांशी विचारविनिमय केला. थोड्या वेळाने त्यातील एक ज्योतिषी उठून उभा राहिला आणि आनंदाने म्हणाला, 'महाराज! महाराणींना मध्यरात्रीनंतर पडलेल्या स्वप्नातून शुभ संकेत असल्याचे जाणवते. आपल्या महालामध्ये एका दिव्य बालकाचा जन्म होणार आहे. अर्थातच हे बालक अनन्यसाधारण आहे. या बालकाच्या जन्मानंतर संपूर्ण पृथ्वी ज्ञानाने समृद्ध होईल आणि प्रत्येक ठिकाणी मुक्तीचा आनंद पसरू लागेल.'

लवकरच राणी त्रिशला गर्भवती असल्याची चिन्हे दिसू लागली. राणी त्रिशला गर्भवती होताच संपूर्ण राज्यामध्ये असामान्यरीत्या समृद्धीची आणि आनंदाची सळसळती लाट पसरली. राज्यातील सर्व प्रजा समृद्ध होऊ लागली. राज्यामध्ये चारही बाजूंना आनंद, सुख-शांती आणि समृद्धी वृद्धिंगत होऊ लागली. वरुणराजाही प्रसन्न झाला. शेते, पिके बहरली. संपूर्ण प्रजा समाधानी, शांत, समृद्ध आयुष्य जगू लागली. सर्वत्र वरदहस्त होता फक्त आनंद... समाधान... आणि समृद्धीचा...

मुक्तीची वार्ता

महावीरांच्या शरीराचे पृथ्वीवर आगमन होण्याची ती शुभघटिका समीप आली. महालातील एका दासीने राजा सिद्धार्थ यांना बाळाच्या जन्माची शुभवार्ता ऐकवली. प्रत्यक्षात महावीराचा जन्म कधी होत नाही. जन्म फक्त शरीराचा होतो. दासीकडून पुत्रजन्माची वार्ता ऐकताच राजा सिद्धार्थ यांनी त्या दासीला दास्यतेमधून कायमस्वरूपी मुक्त केले. दासीची सेवा ही सत्यमुखाची सेवाच म्हणावी लागेल. म्हणूनच सांगितले जाते, की आपण जी वार्ता देता त्याचा समोरच्या मनुष्यावर होणारा परिणाम हा महत्त्वपूर्ण असतो.

लोक एकमेकांना खूप काही सांगत असतात. जसे, 'अमुक माणसाच्या मुलीचे असे असे झाले... त्याच्या मुलीचे तसे घडले...' वगैरे. हे करण्याअगोदर स्वत:लाच काळजीपूर्वक विचारा, की 'अशा प्रकारच्या वार्ता सांगून मी प्रत्यक्षात काय देत आहे? ही

खरोखरच मुक्तीची वार्ता आहे का?' महावीरांच्या संबंधात आपण बघितले, की मुक्तीची वार्ता देणारी दासी स्वत: दास्यतेमधून मुक्त झाली. अत्यंत छोट्याशा बातमीचादेखील किती खोलवर परिणाम होऊ शकतो हे यावरून आपल्या लक्षात आले असेल.

पुत्रजन्माची वार्ता ऐकून राजा सिद्धार्थ इतके आनंदित झाले, की त्यांनी आपल्या राज्यातील सर्व बंदीगृहातील (तुरुंगातील) कैद्यांना मुक्त करण्याचा आदेश दिला. यावरून एक ठळक बाब आपल्या लक्षात आली असेल. ती म्हणजे, महावीर हे लोकांना मुक्त करण्यासाठी, मुक्तिदाता म्हणूनच पृथ्वीवर आले होते, हे त्यांच्या जन्माच्या घटनेनेच सिद्ध केले. मात्र, ही मुक्ती बाह्य तुरुंगातील नसून राग, द्वेष, काम, क्रोध, लालसा, भीती व अहंकार या मनाच्या विकारांमधून मुक्ती प्रदान करण्यासाठी ते आले होते.

राजा सिद्धार्थ यांनी बाळाच्या नामकरणाच्या वेळी 'वर्धमान' हे नाव सर्वांसमोर ठेवले. ते सगळ्यांनाच आवडले. राजाने राज्यातील सर्व ज्योतिषांना आमंत्रित केले. ज्योतिषांनी बाळाचे निरीक्षण करून त्याचे भविष्य वर्तवले. 'महाराज, आपला पुत्र अत्यंत बलशाली आणि महापराक्रमी योद्धा होईल.' हे एकून राजा सिद्धार्थ आणि राणी त्रिशला यांना अत्यानंद झाला. वर्धमान मानवतेच्या उद्धारासाठी जन्माला आला होता. ज्यामुळे तो अहिंसा आणि सत्याचा मार्ग लोकांना विशद करणार होता.

वर्धमानचा अर्थच आहे, वृद्धी, समृद्धी होणे. त्यांचे जीवन आणि निर्भयता तसेच त्यांचे तप आणि बुद्धी यांचे सामर्थ्य जाणल्यानंतर वर्धमानांना महावीर म्हटले गेले. महावीरचा अर्थ, असा वीर जो तपाच्या आधारे आपल्या मनाला नियंत्रणात आणतो. लहानपणापासूनच वर्धमानाला अहिंसेच्या शक्तीची जाणीव झाली होती. महावीरांचे नाव ऐकताच त्यांची प्रमुख शिकवण समोर येते, 'जगा आणि जगू द्या, सूक्ष्मातील सूक्ष्म हिंसेपासूनही दूर राहा.'

❑❑❑

४

महावीरांचे बालपण

संयम आणि शिक्षण

लहानपणापासूनच वर्धमानांमध्ये करुणा आणि प्रेमभावना निर्माण झाली होती. त्यांना फूलही तोडायला आवडत नसे. इतर मुलांबरोबर खेळताना त्यांना प्रश्न पडायचा, 'मला जशी वस्त्रे मिळतात तशी वस्त्रे गरीब मुलांना का मिळत नाहीत?' वर्धमान आठ वर्षांचे होताच त्यांना शिक्षणासाठी गुरुकुलामध्ये पाठवले गेले.

एके दिवशी वर्धमान आपल्या मित्रांबरोबर गुरुकुलामध्ये खेळत होते. त्या वेळी विद्यार्थ्यांचे लक्ष एका झाडाच्या फांदीवर लटकणाऱ्या विषारी सापाकडे गेले. त्या सापाला पाहून सगळेच विद्यार्थी भयभीत झाले. त्याला हुसकावण्यासाठी दगड मारू लागले. ते दृश्य पाहिल्यावर वर्धमानाने त्या विद्यार्थ्यांना दगड मारण्यापासून रोखले. त्यानंतर ते झाडाजवळ गेले आणि सापाला उचलून दुसऱ्या कोपऱ्यात अलगद सोडून आले. वर्धमान परत आले तेव्हा त्यांचे मित्र आश्चर्याने स्तब्ध उभे होते. वर्धमान आपल्या मित्रांना म्हणाले, 'एखाद्या प्राण्याला तुम्ही जीवन देऊ शकत नसाल, तर त्याला मारण्याचा अधिकारही तुम्हांला नसतो.'

वर्धमानाचा आपल्या गुरूंबरोबर संवाद

वर्धमान अत्यंत निर्भयी आणि साहसी बालक होते. त्यांच्यात सहनशीलता आणि करुणा भाव होता. त्यांना प्राण्यांविषयी प्रेम, ओढ असल्यामुळे ते सर्व प्राण्यांवर प्रेम करत. छोट्या-मोठ्या

सर्वच गोष्टी त्यांना ताबडतोब आत्मसात होत. शिवाय त्या गोष्टीत योग्य-अयोग्य काय याची स्वाभाविक जाणही त्यांना होती. वर्धमानांची ही वाढती समज पाठशाळेतील गुरुजींना प्रकर्षाने जाणवत होती.

वर्धमानांचे ज्ञान, त्यांचा समजूतदारपणा किती वाढला आहे, हे पाहण्यासाठी एके दिवशी गुरुजींनी वर्धमानाला काही प्रश्न विचारायचे ठरवले. त्यांनी वर्धमानाला पहिला प्रश्न विचारला : 'वर्धमान, दोन माणसांत तू कोणत्या गोष्टीच्या आधारे फरक करशील?' वर्धमानाने गुरुजींना सांगितले, 'मी दोन माणसांना त्यांच्या कर्मांनुसार विभाजित करेन. कारण प्रत्येक मनुष्याच्या कर्माचा हिशेब वेगळा असतो.'

गुरुजींनी दुसरा प्रश्न विचारला, 'जीवन आणि मृत्यू म्हणजे काय?' यावर वर्धमानाने उत्तर दिले, 'गुरुजी, बाह्य गोष्टींची इच्छा ठेवणे याला जीवन मानले आहे आणि इच्छांमध्ये अडकून दुःखद मृत्यू प्राप्त करणे ही त्याची शिक्षा आहे.' हे उत्तर ऐकून गुरुजी चपापले.

इतर शिक्षकही वर्गात येऊन वर्धमानाला वेगवेगळे प्रश्न विचारत. कधीकधी ते पुढील अभ्यासक्रमातील प्रश्नदेखील विचारत. त्यांचीही उत्तरे वर्धमान सहजपणे देत असे. वर्धमान अत्यंत तेजस्वी बालक आहे हे सर्व शिक्षकांना उमगले होते. इतरांचे ज्ञानचक्षू उघडणाऱ्या अशा उत्तरांमुळे आणि वेगवेगळ्या कर्तबगारीने वर्धमान प्रसिद्ध होऊ लागले.

वर्धमानाने किशोरावस्थेतच आपल्या शरीरावर आणि इंद्रियांवर विजय प्राप्त केला. महावीरांना ही प्रतिभा जन्मजातच होती. जो स्वतः प्रकाश असतो, त्याला बाह्य उजेडाची आवश्यकता नसते. महावीर तर विकासाच्या प्रत्येक क्षेत्रात अंतरंगातून आपोआपच अंकुरित होणारे असे शक्तिबीज होते.

❑❑❑

५

महावीरांची युवावस्था

संन्यास पथावर महावीर

महालात राहूनही वर्धमानांनी आपल्या युवा अवस्थेतच संन्यास घेण्याचा निर्णय घेतला. त्यांना आपल्या जीवनात असे संकेत मिळाले, ज्यामुळे ते साधना पथावर अग्रेसर झाले. मनुष्याने आपल्या चारही बाजूंना लक्षपूर्वक बघितले, तर त्याला काही इशारे मिळताना दिसतील. त्याला ते संकेत समजले तर त्याच्या आतमध्येही महावीरांप्रमाणे असे प्रश्न उठतील, की 'समाजामध्ये भेदभावाची गरज आहे का...? भेदभावरहित समाजाची निर्मिती होऊ शकत नाही का...?' वर्धमानांची इच्छा होती, की 'इतरांचे मन दुखावल्याने, जी हिंसा घडते, ती कमीत कमी व्हावी. यानंतरच संन्यासाची यात्रा सुरू करावी.' इतरांचे मन अजिबातच दुखवायचे नाही, ही अशक्य गोष्ट आहे. परंतु 'इतरांचे मन कमीत कमी दुखावून आपले काम कसे करता येईल' असा विचार केला, तर ती नक्कीच मोठी गोष्ट ठरेल. वर्धमानाने अशा प्रकारची साधना केली. परंतु त्यांनी स्वत:ला कधी महान मानले नाही. त्याचबरोबर साधनेचे, चांगुलपणाचे किंवा आपल्या भक्तीचे श्रेय मनाने अजिबात घेता कामा नये, या गोष्टीचीही खबरदारी त्यांनी घेतली.

मोठ्या भावाची परवानगी मिळाल्यावर वर्धमानाने आपले मुंडण केले (डोक्यावरील सगळे केस काढले). आणि सगळ्या नात्यांचा व सुखसुविधांचा त्याग केला. वर्धमानाचे सगळे नातेवाईक त्यांना आपल्यापासून दूर होताना पाहत होते. ते वर्धमानाला प्रार्थना

करत होते, की 'तू अत्यंत बिकट, खडतर अशा मार्गाची निवड केली आहेस. तुझ्या प्रत्येक पावलाला बाह्यजगातील माया स्वत:कडे आकर्षित करण्याचा प्रयत्न करेल. परंतु तू आपल्या मार्गावर, पथावरच पाय घट्ट रोवून चालत राहा. कारण तू महावीर आहेस.' यानंतर वर्धमान 'महावीर' या नावानेच ओळखले जाऊ लागले.

त्या वेळी वर्धमान ३० वर्षांचे होते. संन्यासाची दीक्षा घेऊन त्यांनी हा निश्चय केला, की 'ज्या गोष्टीत पाप आहे ती मी करणार नाही. जी गोष्ट माझ्या स्वातंत्र्यात बाधा आणेल, जे कर्म माझे स्वातंत्र्य हिरावून घेईल, ती गोष्ट किंवा कर्म मी करणार नाही. परिस्थितीचा सामना करेन, तिच्यापुढे झुकणार नाही. भयरहित होऊन ज्ञान प्राप्त करेन.' महावीरांच्या जीवनातून प्रेरणा मिळवून लोकांना हे शिकता आले, की अशी कोणती कर्मे आपल्याकडून घडायला हवीत, जी आपल्याला सत्याच्या मार्गावर पुढे जाण्यासाठी साहाय्यक ठरतील.

वर्धमानांना आपल्या भाऊ-बहीण आणि आईवडिलांमुळे नव्हे, तर स्व-गुणांमुळे प्रसिद्धी मिळाली. भगवान महावीरांनी लग्न केले किंवा नाही यावरून आजही वादविवाद सुरूच आहेत. दिगंबर आणि श्वेतांबर या दोन शाखांमध्ये जैन धर्म विभागलेला आहे. दिगंबरांच्या मतानुसार भगवान महावीरांचे लग्न झाले नव्हते; तर शुभ्र कपडे धारण करणाऱ्या श्वेतांबरांचे मानणे आहे, की महावीरांचे लग्न झाले होते आणि त्यांना एक मुलगीही होती. काही बाबतीत भक्तांकडून अशा गोष्टी जोडल्या जातात अथवा वगळल्या जातात. कारण त्यामागे संतांच्या जीवनात लोकांना काही न्यून जाणवू नये, कमतरता भासू नये, अशी त्यांची धारणा असते.

❑❑❑

६

महावीरांची साधना

मुक्त जीवनाकडे वाटचाल

राजमहालातून बाहेर पडल्यानंतर महावीर नि:शब्द, शांत जागेच्या शोधात फिरत होते. हिंडता-हिंडता ते कुमार गावाजवळ असणाऱ्या एका जंगलात पोहोचले. तिथे त्यांना एक शांत जागा मिळाली. त्या नीरव शांततेत महावीर समाधी लावून बसले. त्यांना खाण्यापिण्याची अजिबात भ्रांत नव्हती. दोन दिवस त्यांच्या पोटात अन्नाचा कण नव्हता, की पाण्याचा थेंब! असे असूनही त्यांना तहानभुकेची जाणीव होत नव्हती.

महावीरांनी ध्यान-समाधी लावली होती, त्या ठिकाणी एके दिवशी एक गुराखी आपल्या बकऱ्या चरण्यासाठी घेऊन आला. महावीरांकडे पाहत त्याने विचारले, 'स्वामी, आपण थोडा वेळ माझ्या बकऱ्यांकडे लक्ष द्याल का? तोपर्यंत मी घरी जाऊन जेवून येऊ का?' परंतु महावीर आपल्या समाधीमध्ये इतके तल्लीन झाले होते, की त्यांना गुराख्याचे बोलणे ऐकूही गेले नाही. म्हणूनच ते काहीही बोलले नाहीत. महावीरांच्या मौनाचा अर्थ गुराख्याला समजला नाही. परंतु, 'या संन्याशाने माझ्या विनंतीचा स्वीकार केला आहे' असे गृहीत धरून, निर्धास्त होऊन तो निघून गेला.

मात्र, जेव्हा गुराखी जेवून परत आला, तेव्हा तेथे त्याला एकही बकरी दिसली नाही. त्याने महावीरांना विचारले, 'स्वामी, माझ्या सगळ्या बकऱ्या कुठे गेल्या?' परंतु महावीर तर समाधीमध्ये पूर्णपणे डुंबून गेले होते. त्यामुळे त्यांनी गुराख्याला काहीही उत्तर दिले नाही.

वाट पाहून-पाहून कंटाळलेल्या गुराख्याने शेवटी स्वतःच आपल्या बकऱ्या आजूबाजूला शोधायला सुरुवात केली. परंतु त्याला कुठेही बकऱ्यांचा मागमूस लागेना. मग त्याला महावीरांचाच संशय येऊ लागला. 'या साधूनेच तर माझ्या बकऱ्या पळवल्या नाहीत ना!' रागारागाने तो महावीरांपाशी गेला आणि म्हणाला, 'तूच माझ्या बकऱ्या चोरल्या. माझ्या बकऱ्या बऱ्या बोलाने परत कर, नाहीतर राजाकडे तुझी तक्रार करेन. तू चोरटा आहेस.' परंतु त्याच्या बोलण्याचा यत्किंचितही परिणाम महावीरांवर झाला नाही. ते तर आपल्या समाधीमध्येच मग्न होते.

महावीर कोणतीही प्रतिक्रिया देत नाहीत हे पाहून गुराखी आणखीनच संतापला. तावातावाने ओरडू लागला, 'ठीक आहे. तू काहीही बोलू नकोस. मी जेव्हा राजाला आणि सैनिकांना इथे घेऊन येईन तेव्हा तुला समजेल. त्यांनी तुला बेदम ठोकले की तू आपोआपच तोंड उघडून सगळे काही घडाघडा बोलशील.'

असे म्हणून गुराखी तिरीमिरीने आपल्या गावाच्या पाटलाकडे गेला. त्याला घडलेली हकिकत सविस्तर सांगितली. पाटील त्या गुराख्याला राजाकडे घेऊन गेला. राजा नंदीवर्धनने गुराख्याचे बोलणे नीट ऐकून घेतले आणि त्याला म्हणाला, 'तुझा नक्कीच काहीतरी गैरसमज झाला आहे. एखादा साधू तुझ्या बकऱ्या घेऊन काय करणार? त्याला तुझ्या बकऱ्यांची काय गरज? साधूने अगोदरच बाह्यजगतातील गोष्टींचा त्याग केलेला असतो. तरीही तुझ्या बोलण्यावर तू ठाम असशील तर मी तिथे येतो. तोपर्यंत तू पुन्हा एकदा तुझ्या बकऱ्यांचा आजूबाजूला शोध घे.' गुराखी राजाला म्हणाला, 'ठीक आहे महाराज, जशी आपली आज्ञा. परंतु आपण एकदा प्रत्यक्ष येऊन पाहाच. मला वाटते, की तो संन्यासी ढोंगी आहे. आपल्याला पाहून तो नक्कीच घाबरेल आणि चूक कबूल करेल.'

हो-नाही करता-करता गावाचा पाटीलच त्या गुराख्याबरोबर निघाला. ते दोघे महावीर जिथे समाधीवस्थेत बसलेले होते तिथे गेले. तिथे पोहोचल्यावर दोघांनाही आश्चर्याचा धक्का बसला. कारण त्या ठिकाणी सगळ्या बकऱ्या शांतपणे चरत होत्या. हे पाहून गुराख्याला महावीरांचा खूप राग आला. तो म्हणाला, 'बघितले पाटील! राजाच्या भीतीने या चोराने माझ्या सगळ्या बकऱ्या परत केल्या. पण आव तर असा आणतोय, की जणू याने काही केलेलेच नाही. आता मी याला चांगलाच धडा शिकवेन.' असे म्हणून गुराखी काठी घेऊन महावीरांना मारण्यासाठी धावला. तितक्यात पाटलांनी त्याला अडवले आणि म्हणाले, 'अरे, असे करू नकोस... तू वेडा आहेस का?' तेवढ्यात राजाचा आवाज आला, 'खबरदार! एक पाऊलही पुढे टाकले तर तुझा शिरच्छेद करेन.'

ते सगळे दृश्य पाहून राजा नंदीवर्धन खूप संतापले होते. राजाला चिडलेला पाहून गुराखी घाबरला आणि जागच्या जागीच हात जोडून उभा राहिला. राजा रागाने म्हणाला,

'मी तुला अगोदरच सांगितले होते, की ज्यांनी बाहेरच्या जगातील सगळ्या गोष्टींचा त्याग केला आहे, तो तुझ्या बकऱ्या कशा घेऊ शकतो? तुला माहीत आहे, हे साधू कोण आहेत ते? हा माझा धाकटा भाऊ वर्धमान आहे, जो आता साधू बनला आहे.'

हे ऐकून गुराखी भीतीने थरथर कापू लागला. अधिकच विनम्र होत तो राजाला म्हणाला, 'महाराज, कृपा करून मला क्षमा करा. माझ्या हातून घोर अपराध घडला. माझ्या वागण्याची मला लाज वाटते. आपण द्याल ती शिक्षा भोगायला मी तयार आहे.'

तेवढ्यात महावीरांनी डोळे उघडले आणि गुराख्याला म्हणाले, 'आपल्या कृत्याचा तुला पश्चात्ताप होत आहे इतकेच पुरेसे आहे. तसेही तू मला कोणतेही नुकसान पोहोचवले नाहीस. माझी जबाबदारी मी पार पाडू शकलो नाही, ही माझी चूक होती. कारण मी माझ्या अंतर्यामी खूप समाधीत गेलो होतो. खूप तल्लीन झालो होतो, त्यामुळे मला तुझे बोलणेही ऐकू आले नाही. आता तुझ्या बकऱ्यांची नीट काळजी घे.'

भावुक झालेल्या गुराख्याने महावीरांना चरणस्पर्श केला आणि तिथून निघून गेला. त्यानंतर राजा नंदीवर्धनने महावीरांच्या संरक्षणाची व्यवस्था केली. परंतु महावीरांनी तिचा स्वीकार केला नाही. त्यांना मुक्त जीवन जगायचे होते. त्यांचा निसर्गावर संपूर्णपणे विश्वास होता. त्यांनी आपल्या भावाला निश्चिंत होऊन राज्यामध्ये परत जाण्यास सांगितले. नंदीवर्धनांनी महावीरांना खूप समजावले. परंतु ते प्रयत्न असफल ठरले. नंदीवर्धनांना आपल्या भावाच्या सुरक्षिततेची काळजी भेडसावत होती. परंतु महावीर स्वतःच्या निर्णयावर ठाम होते.

जंगलामध्ये महावीर आपल्या ध्यानात सदैव मग्न असायचे. ते केवळ एका वस्त्रावर विचरण करायचे. एकदा जंगलातून जाताना ते एकमेव वस्त्र काट्यांमध्ये अडकले. एवढाही कपडा अंगावर असावा अशी निसर्गाची इच्छा नाही, असा विचार करून महावीरांनी ते वस्त्रही तिथेच सोडून दिले. महावीर आपले संपूर्ण आयुष्य निसर्गाला अनुसरूनच जगले. 'निसर्गाला अन्न द्यायचे असेल, तर मी भोजन ग्रहण करेन' याच दृढ निश्चयाने त्यांनी उपवासदेखील केले. अशा प्रकारे ते कधीकधी कित्येक महिने उपाशी राहिले. दिवसांचे आणि आठवड्यांचे उपवास तर नेहमीच सुरू असायचे. इतके उपवास करूनही महावीर नेहमीच निरोगी असायचे.

महावीरांच्या स्वास्थ्याचे रहस्य

भगवान महावीरांनी स्वास्थ्याचे तीन मूलभूत आधार सांगितले आहेत :

१. आहार-संयम म्हणजे भोजनावर नियंत्रण, स्वादावर नियंत्रण आणि जीभेवर नियंत्रण मिळवणे.
२. आत्म्याला शरीरापासून वेगळे ठेवणारे ज्ञान प्राप्त करून त्यामध्ये स्थापित होणे.

३. महावीरांच्या शरीराच्या वृत्ती-प्रवृत्ती नाहीशा झाल्या होत्या. म्हणजे राग, द्वेषाच्या गाठी खुल्या झाल्या होत्या.

भगवान महावीर सांगत, 'अधिक प्रमाणात केलेले भोजन शारीरिक आणि मानसिक ताणाचे कारण बनते. यापासून मुक्त व्हायला हवे.' महावीरांच्या साधनाकाळात त्यांच्याकडून जे उपवास घडले ते स्वानुभवात असल्याने झाले. परंतु आता लोक प्रयत्नपूर्वक उपवास करतात. उपवासाच्या काळात महावीरांचे शरीर नक्कीच अशक्त झाले असेल, परंतु त्यांची रोगप्रतिकारक शक्ती निश्चितच वाढली.

आयुर्वेदाचे आचार्य सांगतात, की 'उपवास करणे म्हणजेच लंघन.' लंघन (फास्ट) करण्याचे महत्त्व आहेच. वात-पित्त-कफ यांचे संतुलन करण्यासाठी केला जाणारा उपवास म्हणजे प्रत्यक्षात लंघन असते. लंघनामध्ये भूक लागल्यानंतर फळे किंवा उपवासामध्ये आवश्यक मानलेले पदार्थ खाता येतात. प्रत्यक्षात उपवासाचा अर्थ गहन आहे. उपवास म्हणजे स्वतःबरोबर उपस्थित राहणे, स्व-समवेत राहणे. महावीरांची हीच अवस्था होती. त्यामुळे त्यांच्याकडून सहजपणे असे उपवास घडले. आधी स्वानुभव प्राप्त करावा. म्हणजेच 'फर्स्ट थिंग फर्स्ट'. मनुष्याने प्रथम सत्य जाणावे. सत्य जाणल्यानंतर भक्ती, प्रेम, अहिंसा, उपवास, अभिव्यक्ती, सेवा, भजन आणि आनंद या सर्व गोष्टी आपोआपच आपल्यातून व्यक्त होतील, प्रकटतील. महावीरांनी आपल्या आयुष्यात जे काही निर्णय घेतले, त्यावर ते ठाम राहिले. निश्चल राहिले.

❑❑❑

७

महावीरांचे पाच संकल्प

छोटेछोटे संकल्प करणे

कोणताही मनुष्य एका दिवसात महावीर बनू शकत नाही. महावीर होण्यासाठी मनुष्याला दररोज लहान-लहान संकल्प करावे लागतात. ते संकल्प छोट्या-छोट्या सकारात्मक भावनांच्या आधारे संपूर्ण दिवसात पूर्ण करावे लागतात. असे केल्यामुळे भविष्यात आपण सुंदर जीवन जगू शकाल. त्या वेळी आपल्यामध्ये आत्मविश्वास, आत्मबळ आणि आत्मशक्ती ओतप्रोत असल्याचे जाणवेल. भलेही शरीराने आपण दुर्बल असला, तरीही आपल्या आतमध्ये एक आंतरिक तेज अनुभवाल. भगवान महावीरांनी अनेक तपे केली, भरपूर उपवास केले. परिणामी, त्यांची आत्मिक शक्ती वाढत गेली. कोणत्याही संकटाला, वादळाला पेलू शकण्याइतके त्यांचे शरीर सामर्थ्यवान बनले. म्हणूनच त्यांना महावीर म्हटले जातं.

भगवान महावीरांनी आपल्या शोधाच्या सुरुवातीला पुढील पाच संकल्प केले. या संकल्पांचे पालन ते नेहमीच करत राहिले.

१. अधिकाधिक काळ मौनामध्ये राहणे.
२. अप्रतिकर स्थानी म्हणजेच जिथे केवळ सुखसुविधा आहेत अशा ठिकाणी न राहणे. महावीरांच्या मतानुसार सुखसुविधा याच बाधा असतात.
३. अधिकाधिक काळ ध्यान उपासनेमध्ये राहणे. या वेळेत ध्यान होईल, मनन

होईल अथवा स्वाध्याय (स्वत:चे अध्ययन) होईल.

४. अन्न हातात घेऊनच भोजन करायचे हा त्यांचा चौथा संकल्प होता. या संकल्पामुळे कोणतेही पात्र बरोबर ठेवण्याची आवश्यकता पडणार नाही. शिवाय ते स्वच्छ करण्याचा त्रासही कुणाला होणार नाही.

५. गृहस्थी लोकांना अभिवादन न करणे, हा महावीरांचा पाचवा संकल्प होता. या संकल्पावरून, महावीर सांसारिक लोकांना कमी लेखत होते, असे अजिबात नाही. महावीरांचे ध्यान (फोकस) हे संसारावर असणार नाही, असा या संकल्पाचा अर्थ आहे. कारण या जगामध्ये त्यांना कमळाप्रमाणे राहायचे होते.

भगवान महावीरांकडून प्रेरणा घेऊन आपल्या जीवनातील असुविधांचा कशा प्रकारे स्वीकार करता येतो, हे पुढील उदाहरणातून लक्षात येईल.

एकदा एका मनुष्याकडे रात्री अचानक काही पाहुणे आले. पाहुणे येताच गप्पागोष्टी, गडबडगोंगाट, कलकलाटाने घर भरून गेले. अशा वातावरणात त्या मनुष्याला काही केल्या झोप लागेना. भविष्यात असे कधीही होऊ नये म्हणून तो स्वत:साठी काही वेगळी व्यवस्था करण्याचे ठरवतो.

एके दिवशी तो भगवान महावीरांविषयी ऐकतो. महावीर आपल्या साडेबारा वर्षांच्या दीर्घ तपस्येदरम्यान कशा प्रकारे फरशीवर झोपले... त्यांनी कोणते अन्न ग्रहण केले... ऊन, वारा, वादळ, पाऊस अशा कोणत्याही ऋतूत, बिकट परिस्थितीत ते आपल्या संकल्पावर कसे अटळ राहिले... हे सगळे माहीत करून घेतल्यावर त्या मनुष्याला जाणवले, की 'संकटांचे डोंगर उभे राहूनही महावीर आपल्या संकल्पावर कायम राहिले. त्यामानाने माझ्या जीवनातील अडचणी किती क्षुल्लक आहेत! अशा छोट्या-मोठ्या असुविधांचा स्वीकार मी नक्कीच करू शकतो.' मनुष्य जेव्हा स्वीकारभावनेमध्ये येतो, तेव्हा तो प्रत्येक घटनेकडे साक्षीभावाने पाहून आपल्या मनाची बडबड जाणू लागतो. साक्षीभावाने पाहणे, ही एक प्रकारची साधना करणेच आहे. आणखी एक उदाहरण पाहू या.

एक मनुष्य पाहुणे आल्यामुळे झोपेचा खेळखंडोबा झाला म्हणून कुढत राहतो; तर दुसरा अशा परिस्थितीतही साधना करतो. म्हणजे या एकाच दृश्यात, एक जण पृथ्वीलक्ष्य प्राप्त करत आहे; त्याच वेळी दुसरा, परिस्थितीत अडकून-गुंतून वृत्तींमध्ये वाढ करत आहे. कारण जीवन म्हणजे काय, तो पृथ्वीवर कशासाठी आला आहे आणि त्याचा हा वेळ किती मौल्यवान आहे हे त्याला माहीतच नाही. तो आपला वेळ साधनेत पक्व होण्याऐवजी रडण्या-कुढण्यात

व्यर्थ गमावतो आहे.

अशा प्रकारे भगवान महावीरांच्या जीवनातून आपल्या लक्षात येईल, की सगळी कामे करताना साधनेसाठी वेळ काढायचा नसून साधना करता-करताच सगळी कामे करायची आहेत.

भगवान महावीरांच्या जीवनातून प्रेरणा प्राप्त करून आपण पहिल्यांदा छोटे संकल्प करा. जसे, 'आज दिवसभरात मी अमुक इतके काम केले तरच भोजन करेन.' यामुळे आपल्याला छोट्या संकल्पांचे महत्त्व लक्षात येईल. समजा, एखाद्याला सरळ रेघ ओढता येत नसेल; परंतु तो खूप मोठा पेंटर बनण्याचे स्वप्न पाहत असेल, अशा वेळी त्याला सांगितले जाईल, की 'आधी सरळ रेषा ओढायला शीक. नंतर पेंटर बनण्याचा विचार कर.' अशा प्रकारे अगोदर छोटा संकल्प, छोटी भावना ठेवा.

भगवान महावीरदेखील पहिल्यांदा छोटे संकल्प ठेवत असत. जसे, 'आज अशाच घरातून भिक्षा घ्यायची, ज्या घरातील कर्त्या पुरुषाची चेतना उच्च अवस्थेत असेल. अन्यथा जेवायचे नाही.' कधी ते असा निश्चय करायचे, की 'ज्या घराच्या बाहेर एक बैल बसलेला असेल आणि छतावर कावळा असेल, घरातील गृहिणीच्या डोळ्यांत आसू आणि ओठावर हसू असेल त्या घरातून अन्न घ्यायचे.' असे विशिष्ट घर शोधण्यात त्यांचे महिनोन्‌महिने निघून जात. निसर्गाला त्यांना जिवंत ठेवायचे असेल, तर तो आपोआपच तशी व्यवस्था करेल, असे महावीर म्हणत. अशा प्रकारे प्रत्येक वेळी महावीर आपल्या संकल्पांमध्ये यशस्वी झाले.

भगवान महावीरांनी कोणत्या प्रगल्भ समजेतून, कोणत्या ज्ञानातून इतके अटळ निश्चय केले? त्यांचे प्रयोग कोणत्या अभिव्यक्तीतून (सत्य समजेतून) प्रकटले, हे आता आपल्या लक्षात आले असेल. आपणही अशा प्रकारचे संकल्प, निश्चय करता का? कारण संकल्प घेताच खूप फरक पडतो. आपले शरीर जेव्हा आजारी पडते तेव्हा त्यामागे कोणते कारण असू शकते, याचा विचार आपण कधी केला आहे? त्याचे कारण म्हणजे आपल्यासमोर असणारा ध्येयाचा अभाव! आपल्या समाजात ही धारणा आहे, की साठ वर्षे झाली म्हणजे खूप जगून झाले, आता वार्धक्य आले. यानंतर लोकांना वेगवेगळे आजार होऊ लागतात. परंतु जिथे साठ वर्षांचे वय हे जास्त मानले जात नाही, जिथे सगळेच सकारात्मक विचारांचे आहेत, जे आपल्या ध्येयपूर्तीसाठी निरंतर कृतिशील आहेत, अशा समाजात असे लोक राहिले तर ते दृश्य कसे असेल? संकल्प, इंटेन्शन बदलले तर शरीरात नवीन स्फूर्ती येते. मनुष्याची इच्छा असेल तर स्व-संकल्प बदलून तो आपले वय वाढवू शकतो. सत्यप्राप्ती हेच ध्येय असणाऱ्यांच्या जीवनात सत्य निश्चितच येते.

आजही काही साधू संकल्प घेतात. जसे, 'ज्या घराचा रंग पिवळा असेल तिथूनच

आज भिक्षा घेणार.' असे ठरवूनच ते एखाद्या घराला पिवळ्या रंगाने रंगवून घेतात. अशा प्रकारच्या संकल्पांमध्ये काही दम नसतो. भगवान महावीरांचे संकल्प आज बहुतांश ठिकाणी केवळ कर्मकांडांच्या रूपात पूर्ण केले जात आहेत. त्यामध्ये सत्य-समजेचा अभाव आहे.

पूर्वीच्या काळी 'महा' हा शब्द तेज शब्दाला पूरक म्हणून वापरत. जसे, महाबळेश्वर (महा बळी ईश्वर), महाबळी, महात्मा, महापुरुष, महावीर इत्यादी. महावीर हा तर ईश्वराचा गुण आहे आणि ज्याचा गुण ईश्वर आहे, तो स्वतःवर परतू शकतो, स्वानुभवात राहून स्वतःची अभिव्यक्ती करू शकतो. कारण हाच ईश्वराचा (सेल्फचा) स्वभाव आहे. आपण ज्याचे पूजन करतो, भक्ती करतो त्याला आपल्याकडून कोणती अपेक्षा असेल? जे गुण आपल्या आराध्यामध्ये आहेत, तेच गुण साधकात, भक्तात पाहून ईश्वर (परमात्मा) नक्कीच प्रसन्न होतो.

प्रामाणिक मनुष्याला प्रामाणिक लोक आवडतात. कारण त्याच्यात प्रामाणिकपणाचा गुण असतो. त्यामुळेच इतरांमध्येही हा गुण असावा असे त्याला वाटते. जो कपटमुक्त आहे, त्याला इतरांनीदेखील त्याच्याबरोबर कपटमुक्त असावे, असे वाटते. जे गुण ज्याच्यात आहेत, तेच गुण इतरांमध्ये असावेत असे मनुष्याला वाटते. निसर्गनियमानुसार ज्या गोष्टीवर आपण ध्यान केंद्रित करतो, तेच आपण बनतो.

ईश्वराचे गुण आपल्या आतमध्ये उतरवणे यालाच ईश्वराची खरी भक्ती म्हणता येईल. भगवान महावीरांनी त्या वेळी लोकांना सांगितले होते, 'जगा आणि जगू द्या.' परंतु त्याऐवजी आज, 'जगा आणि जीवन बना' असे म्हणायला हवे. याचा अर्थ आपण जेव्हा जगाल, जीवन बनाल, तेव्हा जगू द्याल आणि जीवनाला जागृत कराल.

❑❑❑

८

महावीर - खरा वीर

साहस आणि निर्भयता

महावीरांना अशा ठिकाणी तपस्या करायची होती, जिथे साधनेत कोणताही अडथळा अथवा विघ्न येणार नाही. यासाठी ते एका शांत जागेचा शोध घेत होते. वाटेत त्यांना एक निबिड अरण्य लागले. घनदाट वृक्षांनी, काट्याकुट्यांनी आणि हिंस्त्र प्राण्यांनी भरलेले असे ते जंगल होते. त्या घनदाट अरण्यातूनही ते निर्भयपणे चालतच राहिले. जसजसे महावीर त्या अरण्याच्या आत-आत जाऊ लागले, तसतसे कितीतरी काटेकुटे त्यांच्या पायात घुसू लागले. काटेरी झाडांमुळे त्यांच्या शरीराची चाळण होऊ लागली. त्यातच भयानक जनावरे महावीरांकडे झेपावू लागली. तरीही त्यांना कसलीही भीती वाटत नव्हती. महावीर अत्यंत निर्भयतेने चालतच राहिले. त्यांचे ते धैर्य पाहून जनावरेदेखील त्यांच्या जवळ यायला घाबरू लागली. त्यांच्या शरीरातून रक्त वाहत होते आणि तीव्र वेदनाही होत होत्या. परंतु महावीरांनी त्याकडे पूर्णतः दुर्लक्ष केले.

पहाट होता होता ते एका नीरव स्थळी पोहोचले. तिथे विसावा घेऊन त्यांनी कठोर ध्यानसाधनेला प्रारंभ केला. त्या तपस्येत ते इतके मग्न झाले की आपण कुठे आहोत हेदेखील त्यांना समजले नाही. महावीरांनी अन्नासाठी कधीही याचना केली नाही. त्यांना जे अन्न मिळाले ते त्यांनी ग्रहण केले. एखाद्या ठिकाणी थोडे दिवस थांबून साधना केल्यानंतर ते पुढच्या प्रवासाला निघायचे. वाटेत जागोजागी थांबून कधी एखाद्या जंगलात, एखाद्या

मंदिरात, एखाद्या बागेत ते तपश्चर्या करायचे.

धाडसी महावीर

यात्रा करता-करता एक दिवस ते अन्नाच्या शोधार्थ आदिवासींच्या वस्तीत जाऊन पोहोचले. तिथून जात असताना लोकांचे भांडण त्यांच्या कानावर पडले. काही लोक एकमेकांना शिवीगाळ करत होते. त्यांच्याकडे भीतिदायक जंगली कुत्रीही होती.

आदिवासींनी महावीरांना बघितल्यावर त्यांची खिल्ली उडवली. इतकेच नाही, तर त्यांनी आपली शिकारी कुत्री त्यांच्या मागे सोडली. त्या कुत्र्यांनी महावीरांच्या पायांचे लचके तोडले. त्यांच्या पायातून रक्त वाहू लागले. आदिवासींनी महावीरांच्या दिशेने मांसाचे काही तुकडे आणि हाडेदेखील फेकली. परंतु त्यांच्या या कृत्याकडे महावीरांचे लक्षही नव्हते. कारण त्यांचे मन शरीरापासून विलग झाले होते. शरीरापासून उन्नत अशी त्यांची अवस्था होती.

इतके सगळे घडूनही ते चालतच राहिले. त्यांच्याकडे जे काही फेकले जात होते त्याचा ते स्वीकार करत गेले. खाण्यालायक नसणाऱ्या गोष्टी ते कुत्र्यांना देत होते.

आपल्या वागण्याचा महावीरांवर कोणताही परिणाम होत नाही हे आदिवासींनी बघितले. आपण ज्यांच्याशी चुकीचे वागत आहोत तो नक्कीच सामान्य मनुष्य नाही, हे त्यांच्या लक्षात आले. महावीरांचे असामान्यत्व त्यांना भावले. मग त्या लोकांनी महावीरांना थांबवले. त्यांच्यासाठी एक आसन तयार केले. त्यावर त्यांना आदरपूर्वक बसवले. महावीरांच्या अंगावरील जखमांना मलमपट्टी केली आणि खाण्यासाठी स्वादिष्ट फळेही दिली. त्यानंतर सगळे लोक महावीरांच्या आजूबाजूला बसले. त्यांचे बोल, त्यांची वाणी ऐकण्यासाठी ते सगळेच उत्सुक होते.

महावीरांनी त्या लोकांना समजावले. त्यांना सांगितले, 'लोकांना दु:ख देणे, चिडवणे आणि मारणे या गोष्टी चांगल्या नाहीत. कुणाबरोबरही अशा प्रकारचे वर्तन करू नये. आपल्या सर्वांचा निर्माता एकच आहे. जीवनात अहिंसा हेच मूलतत्त्व आहे. अहिंसाच आपल्याला खरा आनंद देऊ शकते. लोभ, मोह आणि ईर्षा यांचे कधीही शिकार बनू नका. सगळ्यांशी चांगले वागा आणि चांगले शब्द बोला... सर्व प्राणिमात्रांवर प्रेम करा... एकमेकांना अडीअडचणींमध्ये मदत करा आणि शांततापूर्ण जीवन जगा...'

महावीर थोडे दिवस आदिवासींसोबतच राहिले. एके दिवशी ते गुपचूप कुठेतरी निघून गेले.

महावीर कधी पडीक जागी तर कधी जंगलामध्ये किंवा ज्या मंदिरात कुणी फिरकतही नसे अशा ठिकाणी ध्यानस्थ बसत. जिथे जायला लोक घाबरत तिथे ते निर्भयतेने जात.

लोकांना सांगत, 'मी भीतीचा त्याग केला आहे. त्यामुळे मला साप, विंचू, राक्षस, वाईट शक्ती... यांचे कोणतेही भय वाटत नाही.'

त्यांच्या साधनाकाळातील काही कथांमध्ये वेगवेगळ्या चमत्कारांची वर्णने आली आहेत. जसे, अमुक राक्षस सापाचे रूप घेऊन त्यांना मारायला आला... काही अप्सरा आल्या... ध्यानादरम्यान त्यांना वेगवेगळे सुगंध जाणवले... त्यांच्या विचारांनी त्यांच्यावर अतिक्रमण केले... अशा कितीतरी गोष्टी घडल्या. परंतु या सर्व बाबी मनुष्याच्या आंतरिक अवस्थेशी संबंधित आहेत. त्यातून या गोष्टीकडे संकेत केला आहे, की ध्यानाच्या वेळी मनुष्याला कशा प्रकारे वेगवेगळे विचार येतात... तरीही त्या विचारांवर जो विजय प्राप्त करतो, तो महावीर म्हणून संबोधला जातो. या सर्व कथांमध्ये मनुष्याच्या आंतरिक युद्धाविषयी सांगितले आहे. या कथांमध्ये गुरफटून खऱ्या अर्थाकडे आपले दुर्लक्ष तर होत नाही ना, अस्सल अर्थापासून आपण भरकटत नाही ना, याची काळजी घ्या.

ध्यानमार्गावर चालणाऱ्या साधकांना अनेक अवस्थांमधून जावे लागते. जे साधक न घाबरता या अनुभवांमधून जातात, ते मनावर ताबा मिळवतात. महावीरांचा मार्ग हा मनावर विजय मिळवण्याचा मार्ग आहे. मन अंतर्मुख झाल्यानंतर ध्यानाच्या अभ्यासात ते टिकू लागते. त्याला हळूहळू आतमध्ये राहायला आवडू लागते. त्यानंतर मन समर्पित होऊन न-मन बनते. असे मन मनुष्याचा विश्वासू आणि बलाढ्य नोकर असते. बेफाम, स्वैर अशा मनावर महावीरांनी अंकुश लावून महाजीवन प्राप्त केले. महावीरांच्या सर्व उपदेशांमध्ये मनावर विजय प्राप्त करण्याची कला शिकवली आहे. त्यामुळेच म्हटले गेले, 'मन जेव्हा अंतरंगात असते तेव्हा तुम्ही महावीर बनता.'

चालत-चालत एके दिवशी महावीर एका मंदिरापाशी पोहोचले. ते मंदिर 'आस्थिक' या गावाच्या बाहेर होते. त्या मंदिराबाहेर काही हाडे पडली होती. महावीरांनी त्या मंदिरात प्रवेश केला आणि ते ध्यानस्थ बसले.

महावीरांना ध्यानावस्थेत बसलेले पाहून काही लोकांनी त्यांना सावध करण्याचा प्रयत्न केला. त्यांनी सांगितले, 'स्वामी, ही जागा तपस्या करण्यायोग्य नाही. इथे एक अत्यंत विषारी नाग राहतो. त्याचे नाव यक्ष आहे. इथे येणाऱ्या प्रत्येकाला तो यक्ष रात्री गिळंकृत करतो. तो महाभयंकर असा नाग आहे. आपण कृपा करून आमच्याबरोबर गावात चला. इथे अजिबात थांबू नका.' गावकऱ्यांचे कळकळीचे बोलणे ऐकून महावीर त्यांना म्हणाले, 'गाव काय किंवा मंदिर काय... माझ्यासाठी सगळी ठिकाणे समसमानच आहेत. कुणीही भीतीच्या अमलाखाली तपस्या करू शकत नाही. मला कोणतेही भय वाटत नाही. म्हणून मी इथेच साधना करणार आहे. यक्ष मला काहीही इजा करू शकणार नाही. आपण कृपया माझी चिंता करू नये.'

महावीरांचा दृढ निर्धार पाहून गावकरी तिथून निघून गेले आणि महावीर पुन्हा आपल्या साधनेसाठी बसले. मध्यरात्री तो महाभयंकर नाग यक्ष आला आणि फुत्कारू लागला. महावीरांना घाबरवण्याचा त्याने खूप प्रयत्न केला. परंतु महावीर आपल्या समाधीमध्ये मग्न होते. हे पाहून तो भीतिदायक नाग तिथून निघून गेला.

या कथेतून महावीरांच्या 'अकंप-साधनेचे' दर्शन घडते. साधनेमध्ये निडर मनुष्यच परिपक्व होत जातो. अशा प्रत्येक कथेतून महावीरांच्या वेगवेगळ्या गुणांचे दर्शन घडते. या कथांमध्ये वर्णन केल्याप्रमाणेच त्या घडल्या असतील किंवा नसतील; परंतु त्यातून महावीरांच्या अंगी असलेल्या साहसाची आणि निर्भयतेची ओळख होते. 'जो मनुष्य एखाद्या जिवाला प्रेमामुळे हानी पोहोचवू शकत नाही, त्याच्याबरोबर प्रत्येक जीव तसाच वागतो.' या कथेतून आपल्या लक्षात आले असेल, की महावीरांनी नागाला (सापालाही) शिडी बनवले. म्हणजेच साधनाकाळात येणाऱ्या प्रत्येक अडचणीचा उपयोग त्यांनी आपली साधना बळकट, दृढ करण्यासाठी केला. स्वत:च्या जिवाची अजिबात पर्वा न करता ते अखंड साधनेत, तपस्येमध्ये तल्लीन राहिले.

तरीही त्यांना वाटायचे, अद्याप ते ज्या अंतिम ज्ञानाच्या किंवा आत्मसाक्षात्काराच्या शोधात आहेत, ते खूप दूर आहे. त्यांच्या अंतर्यामी अनेक प्रश्न निर्माण होत. जसे, सृष्टीतील सर्व जीव कोणी आणि कोणत्या उद्देशाने बनवले? सृष्टीचा रचनाकार कोणत्या रूपात आहे? मी कोण आहे? कैवल्य-अवस्था कशी असते? मनुष्याच्या दु:खाचे कारण काय आहे? मनाला वश करणारा जिन, जैन कसा असायला हवा? या सर्व प्रश्नांची उत्तरे जाणण्यासाठी त्यांनी संपूर्ण तन्मयतेने साधना केली.

❑❑❑

९

महावीरांची तपस्या

सर्वसामान्य लोकांचा दृष्टिकोण

भगवान महावीरांच्या तपस्येकडे सर्वसामान्य लोक कोणत्या दृष्टिकोणातून पाहतात? काही लोकांच्या मतानुसार त्यांच्या तपस्येचे कारण त्यांचे पोलादी शरीर हे होते. काही लोक महावीरांची तपस्या हे त्यांच्या मागील जन्माचे कर्मफळ मानतात. काही जण महावीरांच्या तपामागे सत्याचा शोध हे कारण सांगतात. त्या काळी शरीराला कष्ट देऊन, त्रास देऊन त्याच्यावर नियंत्रण मिळवले जायचे. या कारणासाठीच महावीरांनी तप केले, असे काहींचे मत आहे. वास्तव काय आहे? पुढील कथेच्या आधारे तपस्येचे रहस्य सखोलपणे जाणून घेऊ या.

संन्यास मार्ग अनुसरलेल्या महावीरांनी साधनेसाठी स्थळ-काळाचे बंधनही झुगारून दिले होते. ते कोणत्याही स्थळी ध्यानस्थ बसत असत. जे लोक त्यांना राहायला जागा देत, ते महावीरांकडून त्या जागेच्या साफसफाईची, स्वच्छतेची अपेक्षा करत. परंतु महावीरांचे या बाह्य गोष्टींकडे आपोआपच दुर्लक्ष होत असे. राहण्याची जागा, झोपडी लहान आहे की मोठी, याकडे त्यांचे कधीही लक्ष जात नसे. ते कधीही भावसमाधीत रममाण होत. बाहेर ऊन असो अथवा पाऊस, झोपडीत शांतता असो किंवा एखादी गाय येऊन झोपडीवर आच्छादलेले गवत खावो... त्यांना कोणत्याही गोष्टीमुळे फरक पडत नसे. कारण त्या ध्यानावस्थेत या गोष्टींकडे लक्ष देणारा कुणी उपलब्ध नव्हताच.

एके दिवशी महावीर फिरत-फिरत मोरंग सन्नीवेश इथे पोहोचले. तिथे तपस कुलपतीचा आश्रम होता. महावीरांचे वडील राजा सिद्धार्थ हे कुलपतींचे मित्र होते. त्यामुळे तपस कुलपती महावीरांना आधीपासूनच ओळखत होते. त्या वेळीही त्यांनी महावीरांना पाहता क्षणीच ओळखले. महावीरांना आदरपूर्वक आपल्या आश्रमात आमंत्रित केले. कुलपती म्हणाले, 'आपण माझ्या आश्रमात आराम करा. आपल्याला जितके दिवस राहायचे असेल तितके दिवस राहा. इथे आपल्या तपस्येत कुणीही विघ्न निर्माण करणार नाही.' महावीरांनी त्यांचा प्रस्ताव स्वीकारला.

त्या आश्रमात महावीरांच्या राहण्याची सोय एका छोट्याशा झोपडीत केली गेली. तिथे संपूर्ण दिवस ते तपस्येत लीन राहत असत. ही तपस्या इतकी प्रदीर्घ काळ चालायची, की त्या झोपडीची काळजी घेण्यासाठी, साफसफाई करण्यासाठीही त्यांच्याकडे वेळ नसे. उन्हाळा, हिवाळा, पावसाळा... अशा कोणत्याही ऋतूमुळे त्यांच्या या दिनचर्येत यत्किंचितही फरक पडत नसे. ते सदैव तपस्येतच निमग्न राहत आणि त्यांची झोपडी नेहमीच अस्वच्छ असे.

महावीरांच्या झोपडीची ती अवस्था पाहून एके दिवशी कुलपती त्यांच्यावर खूप चिडले. रागारागाने ते महावीरांना म्हणाले, 'तुम्हांला आपल्या झोपडीची स्वच्छताही करता येत नाही? इतक्या घाणीमध्ये तुम्ही तप कसे करू शकता? तपस्येसाठी स्वच्छ-प्रसन्न वातावरणाची आवश्यकता असते.'

तरीदेखील महावीरांनी त्यांच्या बोलण्याकडे दुर्लक्ष करून आपली साधना अखंडपणे सुरूच ठेवली. एके दिवशी मुसळधार पावसामुळे महावीरांच्या झोपडीचे छत गळू लागले. तरीही ते शांतपणे ध्यानमग्न अवस्थेतच बसून राहिले. पावसामुळे रूपरंग उडालेली ती झोपडी गाईने चरायला सुरुवात केली. बघता-बघता गाईने ती संपूर्ण झोपडी उद्‌ध्वस्त करून टाकली. त्याचाही परिणाम महावीरांवर झाला नाही. ते शांतपणे आपल्या तपस्येतच दंग होते.

या वेळी झोपडीची अवस्था पाहून कुलपती खूपच संतापले. संतापाच्या भरात महावीरांवर ओरडून म्हणाले, 'अरे, छोटीशी चिमणीदेखील आपल्या घरट्याची काळजी घेते. तू तर एका योद्ध्याचा पुत्र आहेस. तुझी झोपडीपण तुला वाचवता आली नाही? ज्याला इतके साधे काम करता येत नाही तो इतरांचे संरक्षण कसे करणार? इतरांना मार्गदर्शन कसे देणार? तू दिवसेन्‌दिवस अशीच तपस्या करत राहिलास, तरी तुला काहीही मिळणार नाही.' महावीरांना अद्वातद्वा बोलून कुलपती रागारागाने तिथून निघून गेले.

कुलपतींचे सगळे बोलणे ऐकल्यानंतर महावीरांनी विचार केला, की 'या आश्रमात राहून मला साफसफाई आणि झोपडीचे संरक्षण करण्यासाठी वेळ द्यावा लागणार असेल, तर मी इथून निघून जाणेच श्रेयस्कर ठरेल.' असा विचार करून ते ताबडतोब तिथून बाहेर पडले. कारण महावीरांचे ध्यान कुणीही विचलित करणार नाही अशा ठिकाणीच त्यांना

तपस्या करायची होती.

महावीरांच्या तपस्येला त्या काळी लोकांनी 'प्रायश्चित्त' म्हणून संबोधले. 'महावीर अहोरात्र तपाचरण करत आहेत, शरीराला अन्नाशिवाय उन्हापावसात तपवत आहेत म्हणजे ते प्रायश्चित्त घेत आहेत.' असा अर्थ लोकांनी घेतला. शतकानुशतके हीच धारणा चालत आल्यामुळे लोकांना महावीर समजले नाहीत, असे म्हणावे लागेल. भगवान महावीरांसंबंधी अशा गोष्टी सांगून सर्वसामान्यांना प्रायश्चित्त आणि तप करण्यासाठी प्रवृत्त केले जाते. अशा प्रकारे काही जण सत्याच्या नावाखाली लोकांची दिशाभूल करतात.

तप, अहिंसा आणि प्रायश्चित्त यांसारखे शब्द एखादी गोष्ट समजावून सांगण्यासाठी वापरले जातात. शब्द ही दुधारी तलवार आहे. तिच्यामुळे हानीदेखील होऊ शकते आणि लाभही होऊ शकतो. आपण ती तलवार कुणाच्या हातात देत आहोत यावर ते अवलंबून असते. ती तलवार माकडाच्या हातात दिली तर ते राजाचे नाकही कापू शकते. परंतु तीच तलवार एखाद्या योद्ध्याच्या हाती दिल्यास तो कित्येक राक्षसांचा, अत्याचारींचा संहार करू शकतो.

महावीरांच्या तपश्चर्येला प्रायश्चित्ताचे नाव देऊन लोकांनी सांगितले, की 'मागील जन्मात त्यांनी कुणाच्या तरी कानात धातूचा रस ओतल्यामुळे तो मनुष्य मेला... महावीरांनी मागील जन्मात पापं केली होती. त्यामुळे आता त्या पापांचे ते कठोर प्रायश्चित्त घेत आहेत...' अशी पापं त्यांच्याकडून घडली असतील किंवा नसतील; परंतु लोक याच गोष्टी धरून बसतात. अशा प्रकारच्या गोष्टींमागे, कथांमागे असणारे सत्य समजून घेण्यात ते अनेकदा कमी पडतात.

लहान मुलांची बुद्धी ही मर्यादित असते. त्यामुळे कुणी त्यांच्या कानात काही सांगितले, तर आपणही त्याच्या कानात काही सांगायला हवे, असे त्याला वाटते. परंतु कर्माचा सिद्धान्त यापेक्षा खूप श्रेष्ठ, उच्च आहे. तो लोकांच्या लगेच लक्षात येत नाही. चांगल्या कर्मांमुळे मिळालेल्या संधीला लोक दुर्घटना समजतात. संधीला धोका समजतात. संकुचित दृष्टिकोणातून विचार करून लोक सत्यापासून वंचित राहतात.

भगवान महावीरांनी तपश्चर्येच्या काळात कित्येक महिने उभे राहून ध्यान केले. कितीतरी दिवस ते अन्नपाण्याशिवाय राहिले. ध्यानामध्ये त्यांना काळवेळाचा विसर पडे. त्यामुळे भूक-तहान या जाणिवांपासूनही ते अनभिज्ञच असत. साडेबारा वर्षांच्या प्रखर तपानंतर महावीरांना कैवल्यज्ञान प्राप्त झाले. तपाच्या जोरावर त्यांनी भूक, तहान, आळस व निद्रा यांच्यावर मात केली, विजय प्राप्त केला. भगवान महावीरांनी स्व-बोध प्राप्त करून तो जनसामान्यांपर्यंत पोहोचवला.

वृद्धावस्थेमध्ये मनुष्याला आत्मनियंत्रण नसल्याने कित्येक दुःखांना सामोरे जावे

लागते; तर तारुण्यात वेळ असूनही तो आपल्या शरीराला शिस्त लावत नाही. यासाठी योग्य वेळीच स्वतःच्या शरीरावर नियंत्रण मिळवले, सर्व गुण आत्मसात केले तर वार्धक्यातदेखील सगळे जण हसतमुखाने सहकार्य करतील. अन्यथा, वृद्धावस्थेत लोक इतरांवर भार बनून राहतात आणि त्यांचा अंतदेखील खूप वाईट होतो.

महावीरांच्या जीवनातून, आपल्या शरीरावर आणि इंद्रियांवर विजय प्राप्त करण्याची प्रेरणा मिळते.

❑❑❑

१०

तपस्येचा अर्थ

सवयींची पकड

आपल्या वृत्ती आपला पाय मागे ओढत असल्या, तरी त्यांच्याशी भांडून आपण मौनामध्ये बसतो. हाच तपस्येचा खरा अर्थ आहे. जसे, आपण घाईघाईने कुठेतरी निघाला आहात आणि त्याच वेळी आपल्या छोट्या मुलाने आपले कपडे गच्च पकडून ठेवले. अशा वेळी त्या लहान मुलाची पकड सैल करून आपण स्वत:ची सुटका करून तिथून निघून जातो. या सर्व प्रक्रियेचे वर्णन एका शब्दामध्ये करायचे असेल तर ते म्हणजे 'तपस्या'. दुसऱ्या शब्दात त्यालाच 'साधना' असेही म्हणता येईल. तिसरा शब्द द्यायचा झाल्यास 'अभिव्यक्ती' हा असू शकतो.

विशाल दृष्टिकोणातून बघितले, तर सर्वत्र ईश्वराचीच भक्ती सुरू असलेली दिसेल. या भक्तीला कोणतेही नाव देता येईल. तिला भक्ती म्हणता येईल, अभिव्यक्ती म्हणता येईल, प्रायश्चित्त किंवा तपस्याही... तिला कोणतेही नाव दिले तरी चालेल. परंतु कोणतेही किंवा विशिष्ट नाव दिल्यामुळे एक समस्या निर्माण होते. ती म्हणजे, लोक त्या शब्दांमध्येच गुंतून जातात. मग शब्द इतके वाढत जातात, की ते आपला अर्थच गमावून बसतात. आपल्याला त्या शब्दांचा खरा अर्थ पुन्हा माहीत करून घ्यायचा आहे.

तपस्येचा अर्थ आहे, एखादी गोष्ट आपल्याला सत्यामध्ये स्थापित होण्यापासून अटकाव करत असते. जसे, आपल्या सवयी सत्यापासून आपल्याला दूर ओढतात.

तरीदेखील आपण त्याविरुद्ध सगळी ताकद पणाला लावून ध्यानामध्ये बसलो, तर या ध्यानाला तप म्हणता येईल.

जसे, पृथ्वीवरून चंद्राकडे झेपावताना रॉकेटचा वेग अत्यंत तीव्र असावा लागतो. पण हा वेग गुरुत्वाकर्षण पार करण्यासाठी जितका आवश्यक आहे तितकाच असावा लागतो. जोपर्यंत पृथ्वीचे आकर्षण, चुंबकीय शक्ती आहे, तोपर्यंत खूप ताकद लावावी लागते. अशाच प्रकारे तपस्या करण्यासाठी किंवा मायेच्या आकर्षणातून बाहेर पडण्यासाठी महावीररूपी रॉकेटची आवश्यकता असते.

ताकद लावण्यासाठी त्या रॉकेटमध्ये काही सोयी केलेल्या असतात. एकदा रॉकेट पृथ्वीच्या गुरुत्वाकर्षण कक्षेबाहेर गेले, की तितक्याच क्षमतेने ते लाखो मैलांचा प्रवास सहजपणे करू शकते. परंतु सर्वप्रथम छोटासा भाग पार करण्यासाठी त्याला अत्यंत सामर्थ्याची आवश्यकता असते. नंतर थोड्याशा ताकदीनेही पुढील यात्रा सहजपणे घडते.

याचाच अर्थ, तपस्येमध्ये आपण मायेच्या जोखडातून एकदा बाहेर पडलात, की त्यानंतर आपल्यासाठी तप अत्यंत सहज होते. 'मी तपस्या करत आहे' असे आपल्याला वाटतही नाही. मनुष्याच्या जीवनात चुकीच्या सवयी, विकार आणि वृत्ती यांचे आकर्षणच त्याला सातत्याने मागे खेचत राहते. त्यासाठीच तप आणि साधना हे शब्द बनले आहेत.

एक तप असे असते, जिथे मनुष्य सगळ्या जगाला सांगतो, की 'हे बघा मी तप करत आहे. उपवास करत आहे. अन्न भक्षण करत नाही. मी मौनात बसलो आहे. सांकेतिक भाषेत बोलतो आहे.' तर, दुसरे तप असे असते जिथे 'हा मनुष्य तप करतोय' हे आजूबाजूच्या लोकांना समजतही नाही.

मनुष्यामध्ये काही वृत्ती आणि सवयी असतात. खरे तर योग्य समज प्राप्त करून तो त्यातून बाहेर येऊ शकतो. महावीरांच्या चरित्रातून आपण हा संकल्प नक्कीच करू शकता, की 'महावीर जर मोहमायेचे पाश सोडवू शकले तर मीदेखील ते नक्कीच दूर करू शकेन. त्यातून बाहेर पडू शकेन.'

समजा, एखाद्याला त्याच्या चुकीच्या सवयींमधून बाहेर पडण्यासाठी आपण खूप समजावले, तर त्याला त्याचे काही वाटणार नाही. त्याला वाईट सवयी सोडण्यासाठी प्रोत्साहन मिळणार नाही. परंतु त्याला जर असे सांगितले, की 'तू मागच्या जन्मात कशा प्रकारे अमुकअमुक गोष्टी केल्या... तू खूप मोठे पाप केले... आता त्याचे प्रायश्चित्त म्हणून प्रदीर्घ तप करावे लागेल...' हे ऐकून त्या मनुष्याला एक आवेशपूर्ण ध्येय मिळते. ज्यामुळे तो तप करण्यासाठी तयार होतो.

यावरून मनुष्याची विचारशक्ती किती सामान्य, अविकसित आहे हे सिद्ध होते. आज उपलब्ध असणाऱ्या प्रत्येक गोष्टीतून महावीरांबद्दल अत्यल्प परंतु आज मनुष्य कसा

आहे याविषयी भरभरून माहिती मिळते. अशा गोष्टींनाच अधिकाधिक प्रसिद्धीही मिळते. म्हणूनच जप-तप शिकवणाऱ्या आणि पुनर्जन्मासंबंधी माहिती देणाऱ्या लोकांचे महत्त्व जगात सर्वाधिक आहे.

सत्यासंबंधी १ टक्कादेखील ज्ञान नसणाऱ्या ढोंगी लोकांना आजच्या काळात महत्त्व दिले जाते. जी माणसे हे महत्त्व देतात त्यांना स्वत:लादेखील सत्य आणि असत्य यांचे ज्ञान नसते. असा मनुष्य आपल्याच सवयींमध्ये इतका गुरफटून गेला आहे, की इतर गोष्टींचा विचार करण्यासाठी, त्या समजून घेण्यासाठी त्याच्याकडे वेळच नाही. खरे तप म्हणजे काय याचे ज्ञान जेव्हा त्याला होईल, तेव्हाच तो आपल्या सवयींच्या विळख्यातून बाहेर पडण्यासाठी तयार होईल. अर्थात, हे सहजासहजी घडणार नाही. पण मनुष्याच्या सवयींची पकड सोडवण्यासाठी त्याच्याकडून काही प्रयोग करवून घ्यावे लागतील. जसे, एखाद्याला आपल्या वस्तू इतरांना देण्याची, वाटून घेण्याची सवयच नसते. ही सवय तोडायची असेल, तर त्याच्याकडून काही प्रयोग करून घ्यावे लागतात.

अशा प्रयोगाच्या वेळी त्या मनुष्याच्या मनात स्वार्थी विचार येईल, की 'मला मोठा हिस्सा मिळायला हवा.' परंतु त्याला सांगितले जाईल, की 'जितका तुझा हिस्सा आहे फक्त तेवढाच समोरच्याला न देता, त्याला जितके खाण्याची इच्छा आहे तितके त्याला दे. तुला छोटासा वाटा मिळाला तरी चालेल किंवा नाही मिळाला तरीही हरकत नाही.' त्या मनुष्याला अशा गोष्टी एकदम पटणार नाहीत. तरीही सुरुवातीला छोट्याशा हिश्श्यासाठी का असेना तो होकार देईल. मग हळूहळू त्याला खरा आनंद नेमका कशात आहे – वाटण्यात की जास्त खाण्यात, हे समजू लागेल. मनुष्याने प्रयोग केला तर आपल्या सवयींमधून तो बाहेर येईल. प्रयोगाला सुरुवात करावी म्हणून तर वेगवेगळ्या विधी बनवल्या गेल्या.

असे असूनही लोक पहिले पाऊल टाकायला मागेपुढे पाहतात. ते सुरुवातच करत नाहीत. कारण स्वत:च्या धारणांप्रमाणे त्यांना भव्यदिव्य, उत्तुंग असे पाहायचे असते. तेव्हाच त्यांना काहीतरी करण्याचे प्रोत्साहन मिळते. 'छोट्या-छोट्या गोष्टींमुळे काय घडणार? काहीतरी मोठे कार्य घडणार असेल, तर आम्ही प्रयोगाला राजी होऊ' असा विचार लोक करतात. पण जर का त्यांना सांगितले, की 'अमुक एखादी गोष्ट केल्यामुळे तुमच्या सवयी सुटतील' तर ही गोष्ट त्यांना जोशपूर्ण वाटणार नाही. ते विचार करतील, 'यात काय विशेष? कितीतरी सवयी येत-जात राहतात. काही नवीन सवयी येतात, जुन्या सुटतात.' अशा लोकांना हे समजत नाही, की 'असंख्य सवयींचे पाश आपणच आपल्याभोवती आवळून घेतले आहेत. त्यातून बाहेर पडणे खूप आवश्यक आहे.' पण यातून कसे बाहेर पडायचे याबाबत ही मंडळी अनभिज्ञ असतात.

मनुष्याला सवयींचीच सवय जडली आहे. सवयींशिवाय लोक राहू शकत नाहीत.

पृथ्वी, सूर्य, चंद्र, तारे सगळेच एकमेकांना आकर्षित करत आहेत, ओढत आहेत. परस्परांमधील ही ओढ बंद झाली तर काय घडेल? कुणी कुणाच्याही बाजूने ओढले जात नसेल, तर हे जग कसे असेल? हे आपल्याला माहीत नाही.

सवयींपासून पूर्णपणे मुक्त झाल्यानंतर आपले आयुष्य कसे असेल, याची कल्पना मनुष्य करू शकत नाही. कल्पना करता येत नाही किंवा ती गोष्ट दिसत नाही म्हणून त्यावर कुणी मननही करू शकत नाही. साधनेमध्ये पूर्णतः उतरण्याची, बुडून जाण्याची इच्छा आपल्याला नसते. थोडेफार चालले आहे, शांतता मिळत आहे... लोकांना हेच पुरेसे वाटते. परंतु या सवयींपासून खरोखरच मुक्त व्हायचे असेल, तर अखंडपणे आणि निरंतरतेने सावधानता बाळगावी लागेल. यालाच तप म्हटले आहे. 'सातत्य आणि संयम' यांच्या साथीने दीर्घकाळापर्यंत आपल्या मनावर सत्य ज्ञानाचा अंकुश ठेवणे यालाच तप म्हटले आहे.

महावीरांनी आपल्या शरीराच्या सवयी, आसक्ती तोडण्यासाठी तप केले. त्यांचे अनुकरण करणारे आताचे लोक मात्र बाह्य नक्कल करताना दिसतात. परंतु ते अस्सल गोष्ट विसरले आहेत, असेच म्हणावे लागेल. अशा वरकरणी केलेल्या तपाचा परिणाम खोलवर होत नाही. आपल्याला खरोखरच तप करायचे असेल, तर सवयींची मजबूत पकड तोडून बाहेर यावेच लागते, हे महावीरांच्या तपसाधनेतून समजते.

❑❑❑

११

कैवल्य ज्ञान

आत्मसाक्षात्काराच्या दिशेने

महावीर नित्य निरंतर आपल्या ध्येयाच्या दिशेनेच अग्रेसर होत होते. वाटेत येणाऱ्या प्रत्येक वादळाचा, संकटाचा सामना करता-करता ते पुन्हा आपल्या तपस्येमध्ये तल्लीन होत. अशा प्रकारे त्यांनी बारा वर्षे तपश्चर्या केली.

महावीरांनी साधनाकाळात उपवासदेखील केले. 'मात्र मनुष्याने जिवंत राहण्यासाठीच अन्न ग्रहण करायला हवे', असा त्यांचा विचार होता. शिळे अन्न खाऊनही ते तंदुरुस्त राहिले. 'अन्न हे पूर्णब्रह्म' या न्यायाने समोर येणाऱ्या सर्व शाकाहारी अन्नाचा त्यांनी विनातक्रार स्वीकार केला. अखंड व्रतामुळे त्यांचे शरीर अशक्त झाले होते. तरीही त्यांची रोगप्रतिकारकशक्ती इतकी जबरदस्त होती, की प्रत्येक आजाराशी, घटनेशी ते दोन हात करू शकले, त्यांचा सामना करू शकले. याचे आणखी एक महत्त्वाचे कारण म्हणजे महावीरांचे शरीर आणि मन दोन्हींही त्यांच्या नियंत्रणात होते.

एके दिवशी महावीर नेहमीप्रमाणे ध्यानामध्ये बसले होते. थोड्या वेळानंतर ते वेगळ्याच अनुभवविश्वात गेले. आपण जणू काही एका दिव्य प्रवेशद्वारातून पुढे जात आहोत असे त्यांना वाटले. वाटेत कित्येक विषारी साप आणि विंचू त्यांना दंश करत होते. तरीदेखील ते चालतच राहिले. चालता-चालता ते आणखी एका दिव्य प्रवेशद्वारातून पुढे गेले. तिथे स्वर्गातील अप्सरा त्यांना आपल्याकडे आकर्षित करू पाहत होत्या. त्या अप्सरा त्यांचा मार्ग

अडवून त्यांना विनवत होत्या, 'तू इथेच थांब. तू वेडा आहेस का? अशा प्रकारे आपले तारुण्य का गमावतो आहेस? तू इथेच थांबलास तर आमच्यासोबत आनंदाने राहू शकशील. इथून पुढचा मार्ग अत्यंत खडतर आणि अडचणींचा आहे. आम्ही तुला स्वर्गीय आनंद देऊ. तू ही संधी दवडू नकोस. पुढे जाऊ नकोस.' परंतु महावीरांनी त्यांच्या बोलण्याकडे दुर्लक्ष केले. त्यांचे ध्यान (फोकस) केवळ आपल्या उद्दिष्टावरच होते. त्या अप्सरांकडे त्यांनी बघितलेही नाही. उलट ते एकाग्रचित्ताने चालतच राहिले.

पुढे जाताच त्यांनी तिसऱ्या प्रवेशद्वारातून आतमध्ये प्रवेश केला. तिथे महावीरांनी दिव्य प्रकाश आणि कर्णमधुर संगीत अनुभवले. परंतु तिथेही न थांबता महावीर चालत राहिले. प्रत्येक पावलागणिक ते दिव्य प्रकाशात न्हाऊन निघत होते. त्यांच्या शरीरातूनही अलौकिक प्रकाशकिरणे बाहेर पडत होती. महावीरांच्या तपस्येच्या फलस्वरूप त्यांच्या मनाला आणि आत्म्याला दिव्य ज्ञान प्राप्त होत होते. ते कैवल्य अवस्थेच्या अगदी समीप पोहोचले होते.

वैशाख महिन्यात महावीर शायमक नावाच्या शेतकऱ्याच्या शेतात, गो-दोहन, गाय धुण्याच्या, मुद्रेत ध्यान करत होते. ते शेत रिजूवालिका नदीजवळ होते.

ध्यान करताना आपले शरीर अंतर्बाह्य, दिव्य प्रकाशात चिंब भिजत आहे, असे महावीरांना वाटले. त्यांच्या कानांमध्ये मधुर संगीत वाजत होते. आपली सगळी बंधने तुटली आहेत, मनाच्या सर्व गाठी खुलल्या आहेत, असे त्यांना वाटले. अचानक त्यांच्या अंतर्यामी असलेला सगळा काळोख नाहीसा झाला आणि चारही बाजूंना दिव्य प्रकाश असल्याचे त्यांना जाणवले. तो प्रकाश एका अलौकिक ज्ञानाचा संकेत देणारा होता. त्यामुळेच त्यांच्या मनातील अंधकार समाप्त झाला होता. ती दिव्य आभा त्यांना सांगत होती, 'संपूर्ण विश्वाला तुझ्या कृपेची (अनुभवाची) आवश्यकता आहे.' तत्क्षणी आपण त्रिकालदर्शी आणि दृष्टिगोचर (व्हिजनरी) बनल्याची जाणीव भगवान महावीरांना झाली. सामान्य मनुष्य बघू शकणार नाही अशी सृष्टीरचना ते पाहू शकत होते. त्याचबरोबर ज्या गोष्टींचा अनुभव सामान्य मनुष्याला घेता येत नाही, अशा गोष्टीही ते अनुभवू शकत होते. भगवान महावीरांना कैवल्यज्ञान प्राप्त झाले होते.

कैवल्य अवस्थेचे वर्णन आजपर्यंत वेगवेगळ्या प्रकारे केलेले आहे. जसे, द्रष्टा, दृश्य, दर्शन. द्रष्टा जे बघतो ते दृश्य आणि त्यांच्या दरम्यान दर्शन घडत असेल, तर या तीन वेगवेगळ्या गोष्टी आहेत. परंतु जेव्हा दृश्य आणि द्रष्टा हे दोन्हींही हळूहळू गायब होतात, तेव्हा शेवटी केवळ 'दर्शन'च शिल्लक राहते. दर्शन हे स्वतःमध्येच परिपूर्ण आहे. यालाच 'कैवल्य अवस्था' म्हटले जाते. ज्ञान आणि भक्ती यांच्या आधारे ही बाब आणखी विस्ताराने जाणून घेऊ या.

'कैवल्य ज्ञान' म्हणजे जिथे केवळ अवस्थाच शिल्लक राहते. सुरुवातीला एक ज्ञानी

आणि ज्याला जाणले जात आहे, असा एक ज्ञेय असतो. या दोघांच्या दरम्यान ज्ञान असते.

जाणणारा किंवा जाणत असलेला असा एक ज्ञानी आहे. तर ज्याला जाणले जात आहे असे ज्ञेय आहे. यांच्या दरम्यान जाणण्याची क्रिया घडते. जाणणारा आणि ज्याला जाणून घ्यायचे आहे तो, ज्या वेळी नसतात तेव्हा ज्ञान प्राप्त होते. म्हणजेच कैवल्य अवस्था येते. ही बाब बुद्धीने समजून घेणे कदापि शक्य नाही. म्हणूनच एका उदाहरणाच्या साहाय्याने ही अवस्था नेमकी कशी असते हे समजून घेऊ या.

जसे, रंगमंचावर नृत्य सुरू आहे. कित्येक जण प्रेक्षक म्हणून ते नृत्य पाहत आहेत. अचानक नृत्यांगना इतक्या वेगाने नृत्य करू लागते, की प्रेक्षकांना तिचा चेहरा किंवा ती दिसत नाही. नृत्यामध्ये ती इतकी बेभान होते, की तिला आजूबाजूच्या वातावरणाचीही शुद्ध राहत नाही. रंगमंचावर नृत्य तर चालू आहे परंतु नर्तकी दिसत नाही, अशी ही अवस्था आहे. तरीदेखील पाहणारे उपस्थित आहेत. काही वेळानंतर पाहणाऱ्याचेही देहभान हरपून जाते. पाहणारा जणू स्वतःच नर्तक असल्यासारखा नृत्याचा आनंद घेतो. आता नृत्य करणारा आणि पाहणारा दोघेही नृत्यच बनतात. कुणीही वेगळे, भिन्न नसण्याची ही अवस्था असते. कैवल्य अवस्थादेखील अशीच असते.

भक्त आणि भगवंत दोघेही गायब होऊन जिथे केवळ भक्तीच शिल्लक राहते, ती कैवल्य अवस्था असते. पूर्वीच्या तसेच आताच्या काळातही संत मीराबाईंची भक्ती सर्वसामान्यांसाठी आश्चर्याचा विषय बनून राहिली आहे. मीराबाईंसमोर कृष्ण नसूनही त्या भक्तीचे परम शिखर गाठू शकल्या. यशोदा, राधा, गोपिका आणि सुदामा यांची भक्ती आपण समजू शकतो. कारण कृष्ण प्रत्यक्ष त्यांच्या सान्निध्यात होते. मीरेसमोर तिचे भगवंत उपस्थित नव्हते, तर त्यांची मूर्ती होती. कृष्णाची भक्ती करत असताना मीरा स्वतःच अदृश्य झाली. भक्ती करणारा शिल्लक राहिला नाही. पण तिथे भक्ती निरंतरतेने सुरूच राहिली. केवळ भक्तीच शिल्लक राहिली. यालाच म्हणतात 'स्वानुभव'.

हे सर्वोच्च ज्ञान बुद्धीच्या आधारे समजणार नाही. परंतु मनुष्याच्या आतमध्ये वेगळे अस्तित्व मानणारा 'खोटा मी' असतो आणि तोच स्वानुभव जाणण्यात अडथळा बनतो, ही बाब बुद्धीद्वारे समजेल. या नकली 'मी'चे समर्पण होते, तेव्हा भक्ती जागृत होते. ही अशी भक्ती असते जी आपल्याला कैवल्य अवस्थेपर्यंत पोहोचवते. हीच अवस्था भगवान महावीरांना प्राप्त झाली.

आत्मसाक्षात्कारानंतर...

आत्मसाक्षात्कारानंतर महावीर, भगवान महावीर बनले. संपूर्ण चराचरांत ते एकत्वाचा अनुभव घेऊ लागले. आत्मसाक्षात्कार प्राप्त झाल्यानंतर त्या स्थानावरून ते पुढे निघाले.

आता त्यांच्याकडून सत्याचा प्रसार घडू लागला. जंगलात त्यांना कित्येक साधू भेटले. साधूंनी सुरुवातीला भगवान महावीरांकडे दुर्लक्ष केले. परंतु त्यांच्याबरोबर झालेल्या संवादातून, विचारविनिमयातून हेच साधू भगवान महावीरांशी जोडले गेले. इतकेच नाही, तर आपल्या शिष्यगणांसह भगवान महावीरांचे ते शिष्य बनले. एखाद्या साधूचे शंभर शिष्य तर दुसऱ्या साधूचे पाचशे... अशा प्रकारे अल्पावधीतच भगवान महावीरांची प्रसिद्धी, लोकप्रियता वाढू लागली. संसारी मनुष्यदेखील भगवान महावीरांना मानू लागले. त्यांचे भक्त (भिक्षू) बनू लागले. काही सांसारिक महावीरांचे श्रावक (ऐकणारे) बनले.

त्या काळी भगवान महावीरांच्या शिष्यांवर समाजाकडून अनेक अन्याय, अत्याचारही घडले. त्यांच्या अंगावर कुत्री सोडली गेली, लाठी-भाले यांचे प्रहार झाले, चिखलफेक झाली. लोक त्यांच्या अंगावर थुंकले, त्यांना शिव्या दिल्या. अशा प्रकारे शिष्यांच्या वाट्याला कधी तिरस्कार, तर कधी प्रेम आले. परंतु सर्व प्रकारच्या परिस्थितीत शिष्य महावीरांच्या मार्गावर अटळपणे चालतच राहिले. ते ध्यानामध्ये निमग्न राहिले. अशा समर्पित शिष्यांमधूनच एका मजबूत संघाची निर्मिती झाली.

❑❑❑

१२

भगवान महावीरांचा संघ

संघाचे आठ नियम

भगवान महावीरांचे पहिले शिष्य होते इंद्रभूती. इंद्रभूती महावीरांमुळे प्रभावित होऊन आपल्या पाचशे शिष्यांसह महावीरांचे शिष्य बनले. इंद्रभूतींच्या दोन्ही भावंडांनीदेखील इंद्रभूतींचेच अनुकरण केले. परंतु दोन्ही भावांनी आधी भगवान महावीरांची परीक्षा घेतली. शंकित मनाने ते महावीरांकडे आले. कर्माचा नियम कोणता? चैतन्य आणि अचेतन यांच्यामध्ये कोणता फरक आहे? जीव कोणत्या बंधनात बांधला जातो? असे त्या साधूंचे प्रश्न होते. त्यांचे अशा प्रकारचे न सुटणारे प्रश्न महावीरांनी सहजपणे सोडवले. त्या वेळी भगवान महावीरांच्या ज्ञानाने ते अत्यंत प्रभावित झाले. परमज्ञान प्राप्त झालेले भगवान महावीर हे प्रत्येक प्रश्नाचे उत्तर साधूंच्या, साधकाच्या योग्यतेनुसार देऊ शकले.

अशा प्रकारे भगवान महावीरांची लोकप्रियता दिवसेंदिवस वाढू लागली. शिवाय त्यांचा शिष्यपरिवारही वृद्धिंगत होऊ लागला. कैवल्यज्ञान प्राप्त केल्यानंतर त्यांनी आपल्या शिष्यांना एका ठिकाणी एकत्रित होण्यासाठी सांगितले. सर्वसामान्यांपर्यंत पोहोचण्यासाठी आणि लोकांना महावीरांच्या ज्ञानाचा लाभ मिळावा म्हणून त्यांनी एका संघाची निर्मिती केली. सामाजिक अपप्रवृत्तींचा सामना करणे आणि शांती व अहिंसा यांच्यासाठी झटणे हे या संघाचे मूळ उद्दिष्ट होते. महावीरांनी संघामध्ये सात प्रमुख लोकांची (पदांची) नियुक्ती

केली. ही प्रमुख माणसे म्हणजेच आचार्य, उपाध्याय इत्यादींची नियुक्ती ही संघाच्या व्यवस्थापनापासून ते सत्याच्या प्रचार-प्रसारापर्यंत सर्व कार्ये करण्यासाठी केली होती.

महावीरांनी आपल्या संघाला मागर्दशन करताना पुढील महत्त्वपूर्ण बाबी सांगितल्या :

- प्रत्येक संघातील सदस्याने स्वातंत्र्य आणि अहिंसेसंबंधी इतरांना सविस्तर माहिती द्यावी.
- कोणत्याही संघाचा दर्जा उच्च किंवा निम्न राहणार नाही; तर इथे प्रत्येक संघ समान असेल.
- कोणत्याही संघात जातिभेद होणार नाही.

या महत्त्वपूर्ण बाबींबरोबरच महावीरांनी आणखी एक वैशिष्ट्यपूर्ण गोष्ट अस्तित्वात आणली. ती म्हणजे, त्यांनी स्त्रियांचादेखील एक दल बनवला. स्त्रियांना दीक्षा देण्यासाठी भिक्षुणी संघाची स्थापना केली. भिक्षुणी म्हणजे साध्वी, श्रमणी. जो श्रम तपाच्या साहाय्याने आपल्या मनाला आणि शरीराला सत्यप्राप्तीसाठी सिद्ध करतो, तो म्हणजे श्रमण किंवा साधू. श्रमणी किंवा श्रमण शब्द भिक्षुणी किंवा साध्वींसाठी वापरला गेला.

स्त्रियांना योग्य तो सन्मान मिळावा यासाठी प्रत्येक संघाने स्त्रियांचा आदर करावा, असा नियमही महावीरांनी तयार केला. कारण ज्या समाजात स्त्रीचा योग्य मान राखला जात नाही, तो समाज कालांतराने नष्ट होतो. महावीरांनी आपल्या संघात उच्च-नीच यात भेदभाव न ठेवल्याने, तसेच संघात स्त्रियांना सन्मानपूर्वक वागणूक दिल्यामुळे समाजातील प्रत्येक घटकांतील स्त्रिया भगवान महावीरांकडून दीक्षा घेण्यासाठी उत्सुक होत्या. मग त्या श्रीमंत वर्गातील असोत, गरीब, क्षत्रिय, ब्राह्मण अथवा शूद्र कुणीही असोत. सर्वांनाच संघामध्ये समाविष्ट होण्याची इच्छा होती. या सर्व स्त्रियांमध्ये राजकुमारी चंदनबाला या मुख्य होत्या. त्या भिक्षुणी संघाच्या सत्य व्यवस्थापक बनल्या.

सेवेचा पहिला नियम

भगवान महावीरांनी सेवा देताना आणि घेताना एक नियम आखून दिला. सेवा देताना प्रत्येकाने सांगायचे, की 'मी ही सेवा स्व-इच्छेने करत आहे.' एका सेवकाने दुसऱ्या सेवकाला मदत करताना प्रथम सांगावे, की 'मी स्व-इच्छेने तुमची मदत करत आहे.' एखाद्याकडून सेवा घेताना किंवा मागताना घेणाऱ्याने म्हणावे, की 'आपली इच्छा असेल, तर आपण माझे हे कार्य करावे.' या नियमामुळे सेवेमध्ये आपापसांतील तक्रारी कमी होतील, हा यामागचा उद्देश होता. नाहीतर सेवेमध्ये लोक वादविवादात अडकून सेवेचे मूळ उद्दिष्टच विसरून जातात. त्यामुळे प्रत्येक सेवकासाठी वरील नियम अनिवार्य बनवला.

जैन साधूंनी कोणत्याही गावामध्ये एका महिन्यापेक्षा जास्त काळ राहू नये, असा नियम त्यांच्यासाठी बनवला. केवळ पावसाळ्याचे चार महिनेच ते एका गावात राहू शकतील. उरलेल्या संपूर्ण वर्षामध्ये त्यांनी कमीत कमी नऊ गावांमध्ये भ्रमण करावे. या नियमानुसार कोणताही साधक कोणत्याही एका स्थानाशी आसक्त होणार नाही. सुखसुविधांनी युक्त अशा ठिकाणी थांबणार नाही. या नियमामुळे 'अपरिग्रहतेचा' चांगला अभ्यास होतो. अन्यथा एकाच गावी राहिल्यामुळे साधू, संन्यासी पुन्हा संसारी बनू शकतात. त्याला लोकांची संगत आवडू शकते. त्यातून आसक्ती निर्माण होऊ शकते. हे सर्व टाळण्यासाठी सर्वत्र भ्रमण करणारा साधू अनासक्त राहून विचरण (यात्रा) करू शकतो. मनाला नेहमी नियंत्रणात ठेवण्यासाठी असणारे वरील नियम हे भगवान महावीरांनी लागू केले. यांतून त्याची दूरदृष्टीच दिसून येते.

आदर्श भिक्षू

भगवान महावीरांनी आदर्श भिक्षूची दिनचर्या पुढीलप्रमाणे सांगितली : 'दिवसाच्या पहिल्या प्रहरामध्ये पठण करा. दुसऱ्या प्रहरामध्ये ध्यान करा. तिसऱ्या प्रहरामध्ये अन्न ग्रहण करा. चौथ्या प्रहरामध्ये पुन्हा पठण करा. रात्रीच्या पहिल्या प्रहरी पुन्हा पठण करा. दुसऱ्या प्रहरी ध्यान करा. तिसऱ्या प्रहरी विश्रांती घ्या, झोपा; तर चौथ्या प्रहरामध्ये पठण करा. रात्री अन्न ग्रहण करू नका आणि पाणीही पिऊ नका. ३२ घासांपेक्षा जास्त अन्न खाऊ नका. अधिक खाणे धोकादायक असते. अन्न नेहमी हातात घेऊनच खा. वस्त्र परिधान करू नका. असे करणे शक्य नसेल, तर एक वस्त्र धारण करा आणि नेहमी एक कटोरा (पात्र) बरोबर ठेवा.'

श्रमणांच्या (साधू-साध्वी) दिनचर्येमध्ये ध्यान आणि स्वाध्याय म्हणजेच मनन या दोन करण्यायोग्य गोष्टी प्रामुख्याने सांगितल्या गेल्या. सकाळी आवश्यक ती कामे संपवून ध्यान करायला हवे. सेवेची कार्ये पूर्ण करून मनन-उपासना तसेच स्वयं-अध्ययन करायला हवे. मननाची खोली प्राप्त करून मौनात (स्वानुभवात) बुडून जायला हवे. शंका आल्यावर महावीरांच्या वाणीवर मनन करायला हवे. भिक्षा मागून भोजन करायला हवे. अशा प्रकारचे नियम बनवले गेले. भगवान महावीरांचा आदेश होता, की 'आचार्यांकरिता वेगळे किंवा विशेष भोजन बनवू नये. याचाच अर्थ पदामुळे एखाद्यासाठी विशेष पदार्थ तयार करू नयेत. सर्वांना जे भोजन मिळते, तेच खावे. अन्न सूर्योदयापूर्वीच ग्रहण करावे.'

संघाचे नियम

महावीरांनी आपल्या संघासाठी सेवेचे आणखी काही नियम तयार केले. पुढील आठ नियमांचे पालन करणारा मनुष्यच संघामध्ये सम्मिलित होऊ शकतो, असा आदेश महावीरांनी दिला.

हे आठ नियम असे :

१. **दारू किंवा अमली पदार्थांचा त्याग :** ज्या वस्तूमुळे मनुष्याची बेहोशी वाढते, असे कोणतेही पदार्थ ग्रहण न करणे. जसे, चरस, गांजासारखे पदार्थ मनुष्य अज्ञानात ग्रहण करतो. नंतर या गोष्टींची त्याला सवय लागते. समधीचा अनुभव सहजरीत्या मिळवण्याच्या हव्यासापोटी मनुष्य ध्यानाला कमी महत्त्व देऊन नशेमध्ये अधिक अडकू शकतो. परंतु जेव्हा एखादी गोष्ट निषिद्ध ठरवली जाते, तेव्हाच लोक त्याचे कडक पालन करतात. अन्यथा थोडीफार सवलत मिळाली, तर ते व्यसन करण्याचे कारण शोधतात. म्हणूनच महावीर स्वामींनी 'स्व'चा स्वामी बनण्यासाठी लोकांना नशेपासून दूर राहण्याची आज्ञा दिली.

२. **मांसाहाराचा त्याग :** श्रमणांना श्रमामुळे, तपामुळे सात्त्विक भोजनाची अत्यंत आवश्यकता असते. आपण जे अन्न ग्रहण करतो त्यानुसारच आपले चित्त बनते. तामसिक आहारामुळे शरीरातील तमोगुण वाढतो. मांस-मच्छी, जनावरांचे मांस खाण्यामुळे मनुष्यामध्ये हिंसेची प्रवृत्ती वाढते. भगवान महावीरांचा संपूर्ण उपदेश हा अहिंसेवर आधारित आहे. प्रत्येक जिवावर प्रेम करणाराच अहिंसेचा पुजारी बनू शकतो.

३. **हिंसेचा त्याग :** आपल्याबरोबर कुणी वाईट वागते, तेव्हा आपल्याला कसे वाटते? आपल्यावर कुणी खोटा आरोप लावते, तेव्हा आपण काय विचार करता? आपल्यावर शारीरिक किंवा मानसिक अत्याचार होतो, तेव्हा आपल्याला कोणत्या प्रकारचे दुःख होते? हीच गोष्ट (दुःख) तुम्हांला इतरांना द्यायला आवडेल का? कोणताही संवेदनशील मनुष्य इतरांना त्रास देण्यापासून दूर राहणेच पसंत करेल. म्हणूनच भगवान महावीरांनी तपाद्वारे संवेदनशील आणि सहनशील बनण्याचा मार्ग सर्वसामान्यांना दाखवला. प्रत्येक जिवाला क्षमा करून दुःखापासून मुक्त होण्याचा मार्ग त्यांनी दाखवला. या नियमानुसार समाजामध्ये बंधुता वाढते. महावीरांचे नियम हे कालातीत आहेत असे म्हटले तर ते वावगे ठरणार नाही. त्यांचे नियम आजही तितकेच आवश्यक आहेत, जितके ते पूर्वी होते. त्याचबरोबर पुढेही हे नियम आवश्यकच राहतील. महावीरांची शिकवण सनातन, अखंड, अटळ आणि अतूट आहे.

४. **अयोग्य शब्दांचा तसेच स्वादाच्या गुलामीचा त्याग :** इंद्रियांना नियंत्रित करण्याचे कार्य करणाऱ्याला जिन म्हणतात. ज्याला मनावर विजय प्राप्त

करायचा आहे, त्याने प्रथम आपल्या जिभेवर ताबा मिळवायला हवा. कारण स्वादाचा 'गुलाम' हा कधीही 'स्वामी' बनू शकत नाही.

चांगल्या स्वास्थ्यासाठी सर्वप्रथम आपल्या जिभेवर नियंत्रण ठेवायला हवे. जीभ स्वादाची दासी बनायला नको. जिभेने किंवा वाणीने कठोर शब्दांचा वापर करू नये. स्वादिष्ट भोजनाच्या लोभापोटी आपण जिभेचा चुकीचा वापर करू नये. असे केल्यामुळे आपल्याला स्वातंत्र्याचा आनंद मिळेल. शिवाय आपण इंद्रियांचे स्वामी बनाल. इंद्रिये आपल्यावर वर्चस्व गाजवणार नाहीत.

जिभेने उच्चारलेल्या शब्दांनाही मनुष्याने लगाम घालायला हवा. दिवसभर आपण ज्या शब्दांचा उच्चार करता, ज्या वाणीने बोलता, तिचा योग्य उपयोग करायला हवा. चुकीच्या शब्दांचा वापर करू नये. शब्दांचा अयोग्य वापर केल्यामुळे आपली शब्दशक्ती, शब्दसामर्थ्य कमी होते. आपण उच्चारलेल्या शब्दांमुळे कुणी दुखावले तर जात नाही ना, याची काळजी घ्यावी. आपल्याला नेमके जे सांगायचे आहे ते समोरच्या मनुष्याला स्पष्ट समजायलाही हवे आणि त्याला वाईटही वाटता कामा नये, अशी आपली बोलण्याची पद्धत असावी. शब्दांचा जसा उपयोग केला जातो, तशाच प्रकारचे विचार आपल्या आतमध्ये सुरू राहतात. शब्दांद्वारे शिव्या, निंदानालस्ती, असत्य उच्चारता कामा नये.

एखादा ओरडत असेल तर त्याला 'ओरडू नको' सांगण्याऐवजी 'हळू बोला' सांगितले तर वाणीचा परिणाम होतो. 'ओरडू नका' सांगणे नकारात्मक आहे, तर 'हळू बोला' सांगणे सकारात्मक. जिभेचा योग्य वापर हा स्वाद आणि शब्द नियंत्रित करूनच होतो.

५. **असत्याचा त्याग :** छलकपट करणारा, खोटे बोलणारा मनुष्य सत्याच्या मार्गाने चालण्याचे साहस कधीही करणार नाही. खोटे बोलून मनुष्याला सुविधा हव्या असतात. कपट करून तो शिस्त आणि कर्मापासून स्वतःचा बचाव करू पाहतो. इतरांना फसवून तो केवळ घ्यायला बघतो आणि देण्यापासून दूर पळतो. याविरुद्ध अहिंसा आणि प्रेमाने जगणाऱ्या मनुष्याला देण्याची इच्छा असते. त्याला कधीही कपट करण्याची आवश्यकता भासत नाही. म्हणूनच भगवान महावीरांनी साधनेमध्ये पक्व होण्यासाठी असत्याचा त्याग करण्याचा नियम लागू केला. अन्यथा मनुष्य गुरूंशी तर कपट करेलच; शिवाय स्वतःबरोबरही. स्वतःचे अवगुण लपवत तो ध्येयापासून नेहमी दूर राहील. तेव्हा, मोक्षप्राप्तीची इच्छा असणाऱ्याने कमीत कमी दोघांशी तरी खोटे बोलू

नये. एक म्हणजे स्वत:शी आणि दुसरे आपल्या मार्गदर्शकाशी.

६. **चौर्यकर्माचा त्याग :** अचौर्याचा नियम मनुष्याला लोभापासून मुक्त करतो. इतरांच्या संपत्तीवर नजर ठेवणारा मनुष्य स्वत:चेच अमंगल करतो. त्यामुळे आपले ध्यान नेहमी इतरांच्या ज्ञानावर ठेवा. इतरांच्या शरीरावर किंवा संपत्तीवर ठेवू नका. चोरी करणारा इतरांचीही तपस्या भंग करतो. 'माझी चप्पल मंदिराच्या बाहेरून कुणी चोरून नेली तर...' असा विचार करणारा मनुष्य मंदिरातदेखील ध्यान करू शकत नाही. साधकांनी साधनेमध्ये अनावश्यक चिंतांपासून दूर राहावे, यासाठी महावीरांनी हे नियम बनवले आहेत.

चोरी करणाऱ्याला आपल्या उद्देशाचा नेहमीच विसर पडतो. तो सदैव भीतीच्या छायेखाली वावरतो. 'माझी चोरी पकडली तर जाणार नाही ना', याचे भय नेहमीच त्याला वाटत राहते. भयभीत मनुष्य आपल्या तपस्येमध्ये कधीही पुढे जाऊ शकत नाही. महावीर आपले संपूर्ण आयुष्य निर्भयतेने जगले आणि इतरांनादेखील निर्भय राहण्याची प्रेरणा त्यांनी दिली. या नियमाचे पालन करणे ज्याला शक्य नाही असा मनुष्य हा महावीरांचा शिष्य बनणे तर दूरच; त्यांच्या वाणीचे श्रवणही करू शकत नाही.

७. **सांसारिक आणि शारीरिक भोगांचा त्याग :** मनुष्य स्वत:ला शरीरच मानतो. आपल्या शरीरासाठी तो हेच म्हणत असतो, की 'हे माझे शरीर आहे.' शरीराला 'माझे शरीर' म्हटल्यावर 'शरीर म्हणजे मी' असे कसे होऊ शकते? जसे, माझी उशी 'मी' होऊ शकत नाही, त्याचप्रमाणे माझे शरीर म्हणजे मी नाही. जेव्हा मनुष्याला शरीराशी आसक्ती निर्माण होते, तेव्हा त्याला भोगविलासामध्ये गुरफटून टाकतो. मात्र, सत्यप्राप्ती झाल्यानंतर मनुष्याला शरीराने केवळ अभिव्यक्ती करण्याचीच इच्छा उरते. त्यानंतर तो सांसारिक भोगविलासात शरीराला गुंतवू इच्छित नाही. हा नियम मनुष्याला सत्य-अभिव्यक्तीसाठी तयार करतो.

८. **संचयवृत्तीचा त्याग :** भीती आणि हव्यासापोटी मनुष्याला जमाखोरीची सवय लागते. या सवयीमुळे तो आवश्यकतेपेक्षा जास्त वस्तूंचा संचय करतो. हा संचयच त्याचा सत्याचा प्रवास रोखतो. पर्वत चढणारा मनुष्य आपल्याकडे असणारे ओझे हळूहळू कमी करत जातो, त्याचप्रमाणे सत्यावर चालणारा यात्री वस्तूंचा संचय कमी करत जातो. कमीत कमी वस्तूंद्वारे आपले काम भागवण्याचा नियम महावीरांनी संघासाठी लागू केला.

वर उल्लेख केलेल्या आठही बाबींचा त्याग करणाऱ्यांनीच संघामध्ये सहभागी व्हावे अशी घोषणा भगवान महावीरांनी केली. त्याचबरोबर संघामध्ये जो मनुष्य यातील एक जरी सवय सोडणार नसेल तर त्याला संघातून कायमस्वरूपी काढण्यात येईल असेही सांगितले जात असे.

भगवान महावीरांनी पुढे सांगितले, 'भावाशिवाय भक्ती निर्जीव पत्थरासमान आहे. शुद्ध विचारांसाठी बाह्य सौंदर्य, ऐशआराम, सौंदर्य प्रसाधने यांच्यापासून दूर राहा. परंतु ज्या मनुष्याने मनानेच सांसारिक गोष्टींचा त्याग केला आहे त्याच्यासाठी सौंदर्याची आसक्ती किंवा त्याच्यापासून दूर राहणे या दोन्हीही गोष्टींना कोणताही अर्थ राहत नाही.'

❑❑❑

खंड २

भगवान महावीरांनी सांगितलेली पाच व्रते

१३

हिंसा न करणे

भगवान महावीरांचे पहिले व्रत

भगवान महावीर जैन धर्माचे चोविसावे तीर्थंकर होते. तीर्थंकरांचा मार्ग म्हणजे संन्यासी जीवन आणि श्रमणाचा मार्ग. असे असूनही अशा प्रकारच्या जीवनाची योग्य व सुनिश्चित पद्धत किंवा चौकट नसल्याने अधिकाधिक लोकांना त्या काळात तीर्थंकराच्या मार्गाचा लाभ घेता आला नाही. ती विशिष्ट चौकट तयार करण्यासाठी महावीरांचे शरीर निमित्त बनले.

जनसामान्यांचे दुःख-कष्ट पाहून त्यांच्या कल्याणासाठी भगवान महावीरांनी पाच महान व्रते आपल्या साधकांना आणि साधूंना सांगितली. ती अशी : (१) हिंसा न करणे (२) सत्याचे पालन करणे (३) चोरी न करणे (४) ब्रह्मचर्याचे पालन करणे आणि (५) अपरिग्रह म्हणजे त्याग (कमीत कमी वस्तूंचा संग्रह करणे). अधिक संचय न करणे.

या खंडात आपण ती पाच व्रते समजून घेऊ आणि आपल्या जीवनात आत्मसात करण्याचा प्रयत्न करू या.

व्रत घेणे म्हणजे आपण ठरवलेल्या पद्धतीने जीवन जगण्याचा संकल्प करणे. तसे पाहिल्यास अहिंसेचा ढोबळमानाने असणारा अर्थ म्हणजे कुणालाही न दुखावणे. शारीरिक स्तराबरोबरच भाव, विचार, वाणी यांनीदेखील हिंसा होऊ न देणे म्हणजे अहिंसा, हा अहिंसेचा सूक्ष्म अर्थ!

शून्य टक्के हिंसा ही शंभर टक्के प्रेमासमानच असते. आपल्या कुटुंबातील सदस्यांनी

प्रेमाने व अहिंसेने जगावे असे प्रत्येकाला वाटते. अहिंसा आणि प्रेम यांनाच जगण्याचा पाया, मूलाधार बनवले तर त्याचा परिणाम आपल्या घरातील वातावरणावर तर होईलच; शिवाय संपूर्ण समाजावरदेखील होईल. अर्थात जीवन जगण्याची ही पद्धत अंगीकारल्यानंतर, इतरांनी आपल्याला शाबासकी द्यावी, आपल्या घरातील सकारात्मक वातावरणामुळे माझे जीवन चांगले सुरू आहे, असे म्हणावे अशा अपेक्षा बाळगू नका. कारण अशा सूक्ष्म बदलांसाठी प्रत्येक जण आभार व्यक्त करत नाही.

आपले सत्यावर प्रेम आहे, आपल्याला सत्यव्रत घ्यायचे आहे, आपल्या वाणीमध्ये केवळ सत्यालाच स्थान असावे असा आपला दृढ निश्चय असेल, तर त्यासाठी सत्य, प्रेम आणि अहिंसा यांच्या सोबतच जीवन जगावे लागेल. काळानुरूप याचे परिणामही आपल्याला जीवनात दिसू लागतील. कारण एका छोट्याशा सकारात्मक तरंगाचा परिणामदेखील अत्यंत खोलवर होतो. ज्याची जागृती जितकी अधिक तितकाच त्याला येणारा अनुभवही प्रभावी, प्रखर असतो. लोकांमध्ये जागृती आणण्यासाठीच प्रेम आणि अहिंसा यांना जीवनात सर्वो च्च स्थान द्यायचे आहे.

भगवान महावीरांच्या शिकवणीचा सर्वात मुख्य भाग किंवा पाया अहिंसा हाच आहे. 'हिंसा केवळ शरीरानेच होते, असे नाही' ही बाब महावीरांनी अधोरेखित केली. शारीरिक हिंसा म्हणजे एखाद्याला मारझोड करणे, हत्या करणे... अशा प्रकारच्या गोष्टी शरीराच्या माध्यमातून घडतात. परंतु हिंसा ही पंचेंद्रियांनी होते. वाणीने एखाद्याबद्दल कटू शब्द उच्चारला तर तीदेखील हिंसा ठरते. वेगवेगळ्या इंद्रियांकडून होणाऱ्या कर्मांमधून हिंसा घडते. पुढे भगवान महावीरांनी सांगितले, 'हिंसा ही मनाकडूनही घडू शकते. त्याचबरोबर धार्मिक, राजकीय आणि सामाजिक अशा तीन प्रकारच्या हिंसादेखील होऊ शकतात.' दास्य प्रथा, वर्गभेद, जातीच्या नावाखाली लोकांना भिन्न-भिन्न वागणूक देणे यादेखील एक प्रकारच्या हिंसाच आहेत. हुंडा, पशुबळी यांनाही हिंसाच म्हणावे लागेल. हिंसेचे असे अनेक प्रकार आहेत. भगवान महावीरांनी हिंसेला कशा प्रकारे आळा घातला, हे त्यांच्या जीवनातील एका घटनेवरून समजून घेऊ या.

एकदा काही ब्राह्मण यज्ञामध्ये एका बकऱ्याचा बळी देत होते. महावीरांना हे समजताच ते ताबडतोब त्या ठिकाणी पोहोचले. त्यांनी त्या ब्राह्मणांना बकऱ्याचा बळी देण्यापासून रोखले. त्यावर ब्राह्मण महावीरांना म्हणाले, 'आम्ही यज्ञामध्ये या बकऱ्याचा बळी दिला तर तो स्वर्गात जाईल.' भगवान महावीर ब्राह्मणांना म्हणाले, 'ठीक आहे. मी अगोदर या बकऱ्याशी बोलतो. त्यानंतर तुम्ही त्याचा बळी द्या.'

ब्राह्मण या गोष्टीसाठी तयार झाले. भगवान महावीर त्या बकऱ्याजवळ गेले आणि त्याच्याशी प्रत्यक्ष बोलत असल्याचा आविर्भाव त्यांनी केला. बकऱ्यासमोर उभे राहून ते

हाताने काही खाणाखुणा करू लागले. ब्राह्मणांनी महावीरांना विचारले, 'बकरा आपल्याला काय म्हणाला?' भगवान महावीर म्हणाले, 'बकरा म्हणतोय, मला स्वर्गात जायचे नाही. मी पृथ्वीवरील माझ्या या आयुष्यात खूप खूश आहे. शिवाय, तो असेही म्हणाला, की ब्राह्मणांना जर स्वर्गात जायचे असेल तर त्यासाठी त्यांनी आधी आपल्या मुलाबाळांचा बळी देण्याचा विचार करावा.'

भगवान महावीरांचे बोलणे ऐकताच सगळे ब्राह्मण स्तब्ध झाले. त्यांनी ताबडतोब त्या बकऱ्याला सोडून दिले. त्यानंतर भगवान महावीर ब्राह्मणांना उद्देशून म्हणाले, 'आपण जेव्हा आपल्या अहंकाराचा, लोभाचा आणि तिरस्काराचा बळी देतो, तेव्हाच खरा यज्ञ होतो. कोणतीही हिंसा आपल्या हातून घडली तरी धर्म नष्ट होतो.' भगवान महावीरांचे सत्य वचन ऐकून ब्राह्मणांना आपल्या चुकांची जाणीव झाली.

गर्भामध्ये अहिंसा

महावीर अहिंसेचे पुजारी होते. त्यांच्या या गुणाचे महत्त्व अधोरेखित करणारी एक कथा अशीही सांगितली जाते.

महावीर आईच्या पोटात असताना त्यांच्या हालचालींमुळे मातेला त्रास होत असे. आईचा त्रास कमी व्हावा म्हणून पोटातील या अर्भकाने हालचाल बंद केली. परंतु याचा उलटाच परिणाम झाला. पोटातील बाळ हालचाल का करत नाही, या विचाराने त्यांची आई काळजीत पडली. त्यामुळे सगळेच चिंताक्रांत झाले. अशा परिस्थितीत ताबडतोब वैद्यांना बोलावणे पाठवले. तेव्हा महावीरांनी विचार केला, 'एखाद्याला जर दुःख दिले नाही, तर कधीकधी त्याचे दुःख वाढूही शकते.' त्यानंतर त्यांनी आईच्या पोटात हालचाल करायला सुरुवात केली.

अशा प्रकारच्या घटना प्रत्यक्षात घडल्या असतील किंवा नसतीलही. परंतु या घटनांच्या मुळाशी गेले तर त्यांचा गर्भितार्थ लक्षात येतो आणि त्यातून अहिंसेची समज मिळते. समज नसलेला मनुष्य इतरांचे दुःख वाढवतो. या कथेमधून हेच सांगण्याचा प्रयत्न केला आहे. कुणाचीही सेवा करताना त्याला समजेची, प्रज्ञेची जोड द्यावी. अन्यथा, आपण इतरांचे दुःख कमी करत आहोत असे आपल्याला वाटेल; पण अज्ञानात आपण ते वाढवतच असतो.

पुढील अध्यायांमध्ये भगवान महावीरांनी सांगितलेले हिंसा न करण्याचे व्रत अधिक खोलवर जाणून घेऊ या. भावनेच्या आणि सूक्ष्म स्तरांवर कशा प्रकारे हिंसा घडू शकते, यांविषयी पुढे सविस्तर सांगितले आहे.

❑❑❑

१४

भावनांचे महत्त्व

महावीरांनी सांगितलेल्या चार भावना

मनुष्यामध्ये सूडवृत्ती, बदला घेण्याची भावना प्रबळ असते. त्यातूनच समाजात हिंसेचे प्रमाण वाढते. भावनांचे महत्त्व स्पष्ट करताना भगवान महावीरांनी सांगितले, 'रक्ताने रक्त स्वच्छ करता येत नाही.' वर्षानुवर्षे लोक रक्तानेच रक्ताचे डाग पुसण्याचा मूर्खपणा करत आले आहेत. जसे, एखाद्याने मंदिर उद्‌ध्वस्त केले; तर बदला म्हणून मशीद जमीनदोस्त करतात. अशा प्रकारे प्रतिशोध घेतल्याने सांडलेले, वाहिलेले रक्त पुसले जाईल, साफ होईल असे लोकांना वाटते. पण हा मार्ग पूर्णपणे चुकीचा, अयोग्य आहे. यातून परस्परांमधील शत्रुत्व वाढीला लागते. खरे तर ही हिंसाच आहे आणि हिंसेची ही भावना तेजप्रेमानेच मिटवता येते. अहिंसेची सखोलता आणि तेजप्रेमाची अथांगता या दोन्हीही बाबी एकच आहेत.

भगवान महावीर, भगवान बुद्ध, संत ज्ञानेश्वर, संत तुकाराम, मीराबाई, संत कबीर, गुरू नानक यांसारख्या संतांकडून नेमके काय घडले, ज्यामुळे त्यांच्याकडून भजनांची निर्मिती झाली... सेवा घडली... समानता आणि मैत्रीची भावना निर्माण झाली... ध्यान आणि मौनाच्या सागरात ते यथेच्छ, अखंड बुडाले... संत मीराबाईंच्या शरीराद्वारे नृत्य अभिव्यक्ती घडली... ग्रंथ निर्माण झाले... कविता, दोहे, अभंग लिहिले गेले... ईश्वराचे गीत, भगवद्‌गीता तयार झाली... या महापुरुषांमध्ये असा कोणता समर्पण भाव जागृत झाला, ज्यायोगे अहंकार लोप पावला आणि सत्याचा प्रकाश प्रकटला... अशी अवस्था आपण

स्वत:मध्ये आणण्याचा प्रयत्न केला तर अहिंसेचा भाव आपोआपच जागृत होऊ लागेल. यासाठी प्रथम मनन, ध्यान आणि 'स्व'चे अध्ययन करायला हवे. पहिले काम पहिल्यांदा केले तर त्यानंतर आपोआपच भजने तयार होतील, सेवा घडेल, तप होईल, ध्यान होईल. मग आपणही प्रत्येकामध्ये ईश्वराचेच दर्शन घ्याल. त्यानंतर आपल्याकडून कधीही हिंसा घडणार नाही, तर तेजप्रेमाची भावनाच प्रकट होईल.

क्षमाभाव जागृत करण्यासाठी महावीरांनी सर्वसामान्यांना मैत्री, करुणा, प्रमोद आणि मध्यस्थ भावना जागृत करायला सांगितली.

प्रमोद भावना याचा अर्थ महावीरांनी पुढीलप्रमाणे स्पष्ट केला : 'गुणीजनांना पाहून खूश होणे हीच प्रमोद भावना आहे.' यासाठी सातत्याने गुणवान लोकांना भेटायला हवे. कारण आपण जेव्हा इतरांच्या गुणांना पाहून खूश होतो, तेव्हा अप्रत्यक्षरीत्या त्या विशिष्ट गुणासाठी प्रार्थना होते आणि आपल्यामध्येही तो गुण येऊ लागतो. शिवाय, गुणी लोकांना भेटल्यानंतर त्यांच्याशी जी चर्चा होते त्यातून आपलाच उद्धार होतो. हा संवाद आपल्याला उच्च स्तरावर घेऊन जातो. अगदी तसेच, जसे अवगुणी लोकांना भेटून आपण निम्न स्तरावर पोहोचतो. त्यामुळे गुणवंत लोकांच्या संपर्कात राहणे, त्यांच्याशी संवाद साधणे अत्यंत महत्त्वाचे आहे.

जीवनात कधीकधी नकारात्मक लोकांनाही सामोरे जावे लागते. असे लोक केवळ नकारात्मक भावनाच पसरवतात. अशा लोकांपासून दूर राहून, त्यांना निमित्त बनवून स्वत:मध्ये सकारात्मक भावनांना जन्म द्यायचा आहे. या प्रक्रियेमध्ये काही छोट्या-छोट्या गोष्टींची काळजी आपल्याला घ्यावी लागेल. जसे, 'माझा संघ कसा आहे? मी कोणत्या लोकांच्या संघामध्ये राहणार आहे? माझ्यावर संघाचा कसा परिणाम होईल?' महावीरांच्या दृष्टीने श्रमण आणि संन्यासी यांच्या स्वभावात ही वैशिष्ट्ये असणे अत्यंत आवश्यक आहे. खरे तर संसारी लोकांसाठी त्यांनी वेगळे नियम बनवून त्यांना कित्येक सवलतीही दिल्या आहेत. परंतु अधिकाधिक संसारी लोक अशा प्रकारे सवलती मिळवून शेवटी सत्याच्या मार्गापासून पूर्णतः विभक्त होतात, दूर जातात. जोपर्यंत त्यांना त्यांच्या आयुष्याचे ध्येय समजत नाही, तोपर्यंत त्यांना अशा प्रकारच्या सवलती चांगल्या वाटतात. खरे तर सवलत मिळवण्यासाठी त्यांच्याकडे नेहमीच वेगवेगळी कारणे तयार असतात. जसे, 'अमुक कार्य या या कारणामुळे होऊ शकले नाही... तमुक काम करताना खूप अडचणी आल्या...' वगैरे वगैरे.

मध्यस्थ भावनेचा अर्थ आहे, समता किंवा उदासीनतेची भावना. भगवान महावीरांनी सांगितले, 'प्रत्येक स्थितीत समतेमध्ये राहा किंवा उदासीन राहा. सुख-दु:ख येत-जात राहतात, वीतरागासह सम राहा, सगळ्यांबरोबर समान (एकसारखेच) राहा.' मध्यस्थ

भावनेचा अर्थ आहे कोणत्याही घटनेशी, व्यक्तीशी आसक्त न होता अनासक्त, तटस्थ राहून जीवन जगणे.

अहिंसेसंबंधी महावीरांनी 'अहिंसा परमो धर्म' असे म्हटले होते. यापूर्वी सांगितल्याप्रमाणे, प्रत्यक्षात हिंसाभाव शून्य टक्के असणे किंवा प्रेमभाव शंभर टक्क्यापर्यंत पोहोचणे ही खरे तर एकच गोष्ट आहे. याचा प्रारंभ कुठूनही केला, तरीदेखील ध्येयाचे ठिकाण एकच असेल. एखाद्या मनुष्याने या गोष्टीची काळजी घेतली, 'माझ्याकडून कोणत्याही प्रकारची हिंसा घडू नये. सूक्ष्मकर्मबंधनही तयार होऊ नये' तर तोदेखील त्याच ठिकाणी पोहोचेल, जिथे प्रेमाने सुरुवात करणारा मनुष्य पोहोचेल.

अहिंसा आणि करुणा जितकी जागृत होईल, तितकेच प्रेम, दयाभाव आणि मध्यस्थ-भाव जागृत होईल. आधी जिथे तिरस्काराचा भाव निर्माण व्हायचा, तिथे आता तटस्थता-भाव जागृत होईल. कारण तिरस्कारामुळे प्रेम झाकले जाते. आपल्या बाबतीत, या दोघांना आपण परस्परांची मदत करू द्या. यामुळे सत्यमार्गावरील आपली गती वाढेल. सत्यमार्गावर या दोन्ही गोष्टी दोन चाकांचे काम करतील. समजा, एखाद्याकडून एका बाबतीत जास्त काम झाले तर दुसरे चाकही काम करू लागेल, हे लक्षात येईल. ही दोन्हीही चाके गतिशील झाल्यानंतरच या दोन्हींचे महत्त्व आपल्या लक्षात येईल. जिथे सर्व कर्मबंधन समाप्त होतात त्या ध्येयापर्यंत अशा भावना मनुष्याला घेऊन जातात.

आपल्याला आपल्या भूतकाळात रेकॉर्ड झालेल्या गोष्टी समाप्त करून आपल्या आतमधील गाठी, कर्मरेषा मोकळ्या (समाप्त) करायच्या आहेत. कारण, त्यामुळेच आपण मुक्त होणार आहोत. मनुष्याला कित्येकदा तो मुक्त झाल्याचा आभास होतो. परंतु त्याच्या वृत्ती त्याला शरीरासोबत वारंवार जोडतात. या वृत्तीच मनुष्याकडून सातत्याने पढवून, वदवून घेतात, की 'मी शरीर आहे, माझा लाभ व्हायला हवा.'

अहिंसा आणि प्रेमाच्या भावनेमुळे आपल्यातील काही वृत्ती हळूहळू नाहीशा होत जातील. केवळ थोड्या तयारीमुळे निश्चितच एक सुंदर अवस्था येऊ शकते.

कित्येकदा त्यागी, तपस्वी लोकांच्या वर्तणुकीचे इतरांना आश्चर्य वाटते. ते इतका त्याग, खडतर तपस्या कशी करतात, असा प्रश्न त्यांना पडतो. प्रत्यक्षात त्याग करणाऱ्याला तो त्याग वाटतच नाही. कारण त्याने तर फक्त सत्याची निवड केलेली असते. त्यानंतर असत्याचा त्याग हा आपोआपच घडतो.

'प्रत्येकाने आपल्या अंतर्यामी साहाय्यक ठरणारी विशिष्ट अशी भावना जागृत करावी' असा संदेश महावीरांनी दिला. लोकांमध्ये किती वेगवेगळ्या वृत्ती दडल्या आहेत आणि लहान-लहान सुविधादेखील मनुष्याला अडकवून सत्यापासून कशा दूर नेतात हे महावीरांना ज्ञात होते. या सर्व गोष्टी मुळापासून काढून टाकण्यासाठी सूक्ष्म स्तरावर काम करण्याची

आवश्यकता असते. त्या काळात महावीरांचा उपदेश ज्यांना गांभीर्याने अमलात आणायचा होता, त्यांना महावीरांनी विशिष्ट असा मार्ग दाखवला. या मार्गावर सुविधायुक्त स्थानाला पूर्णतः मज्जाव होता. महावीरांचा उपदेश अनुसरणाऱ्या साधकांनी कुठेही अडकू नये, हा उद्देश या नियमामागे होता.

भगवान महावीरांची सर्वात प्रमुख शिकवण अहिंसा ही आहे. अहिंसेचा वरवरचा अर्थ सगळ्यांनाच ठाऊक आहे. आता पुढील अध्यायामध्ये सूक्ष्म स्तरावर होणारी हिंसा कशी रोखता येते हे जाणून घेऊ या.

❑❑❑

१५

सूक्ष्म हिंसा कशी घडते?

स्वत:ला जाणले तर ईश्वर भेटेल

'शारीरिक स्तरावर कुणालाही मारपीट तसेच शिवीगाळ न करणे म्हणजे अहिंसा' ही लोकांच्या मनातील अहिंसेची व्याख्या आहे. परंतु खरोखर हीच अहिंसेची चौकट आहे का? नाही. त्यासाठी अहिंसा म्हणजे नेमके काय, हे विस्तृतपणे समजून घ्यायला हवे. त्यासाठी दैनंदिन जीवनात सूक्ष्म स्तरावर काही गोष्टींचे निरीक्षण आवश्यक आहे. ते म्हणजे, संपूर्ण दिवसात आपल्याकडून किती वेळा आणि कशा प्रकारे हिंसा होत आहे? पुढील उदाहरण वाचल्यानंतर आणि त्यावर मनन केल्यानंतरच सूक्ष्म स्तरावर हिंसा कशी होते, ही बाब आपल्या लक्षात येईल.

एकदा एक मनुष्य सत्याच्या शोधार्थ निघाला. एखाद्या विद्वानाने सत्य, मृत्यू, मुक्ती आणि ईश्वर यांच्याशी संबंधित सगळ्या प्रश्नांची उत्तरे द्यावीत आणि आपली ज्ञानपिपासा शमवावी, अशी त्याची इच्छा होती. अशा विद्वानाच्या शोधार्थ तो वणवण भटकत होता. एके दिवशी एका गावातील सरपंचाने त्याला सांगितले, की 'शेजारच्या गावात एक मूर्तिकार राहतो. त्याच्याकडे जाऊन तुझे नशीब आजमावून बघ. खरे तर तो सहजासहजी कुणालाही आपला शिष्य बनवत नाही; तरीदेखील तू प्रयत्न तर नक्कीच करू शकतोस.' त्या मनुष्याने

सरपंचाला विचारले, 'मूर्ती बनवण्याचा आणि सत्याचा शोध घेण्याचा परस्परांशी काय संबंध? अहो, मला तर आध्यात्मिक सत्य जाणून घ्यायचे आहे. मूर्ती बनवायला शिकून मी काय करणार?' सरपंच म्हणाला, 'मला तरी खातरी वाटते, की त्या मूर्तिकाराकडे तुला काही ना काही मार्ग निश्चितच मिळेल.' त्या मनुष्याकडेदेखील सत्यप्राप्तीचा दुसरा कोणताही पर्याय नव्हता. शेवटी त्याने विचार केला, 'एकदा तिथे जाऊन आपले नशीब आजमावयला काय हरकत आहे? फारतर काय होईल? शिष्य म्हणून ते मला स्वीकारणार नाहीत आणि माझ्या प्रश्नांची उत्तरे मला मिळणार नाहीत.' असा विचार करून तो मूर्तिकाराच्या गावाकडे निघाला.

तो मनुष्य त्या गावात पोहोचला. त्या वेळी मूर्तिकाराने त्याचे मनापासून स्वागत केले, आदरातिथ्य केले. मूर्तिकार सहजासहजी कुणालाही आपला शिष्य बनवत नाही, हे तर त्याला सरपंचानी सांगितले होते. परंतु इथे तर वेगळेच चित्र दिसत होते. हा फरक पाहून तो मनुष्य गोंधळला.

मूर्तिकाराने त्याला मूर्ती कशा बनवायच्या याचे धडे द्यायला सुरुवात केली. तेव्हा त्या मनुष्याने मध्येच विचारले, 'आपण मला माझ्या प्रश्नांची उत्तरे तर द्याल ना?' त्यावर मूर्तिकार म्हणाला, 'देईन आणि देणारही नाही.' या उत्तरामुळे तो मनुष्य गप्प बसला. कारण आपण प्रश्नांवर प्रश्न विचारत गेलो आणि मूर्तिकाराने काही उत्तरच दिले नाही तर? अशी भीती त्याला वाटत होती. त्यामुळे तो पुन्हा एकदा मूर्तिकाराबरोबर मूर्ती बनवू लागला. परंतु ज्या उद्देशाने आपण इथे आलो आहोत तो साध्य होईल की नाही? मूर्तिकाराकडे आपल्या प्रश्नांची उत्तर असतील की नाही? या द्विधा मनःस्थितीत तो अडकला. या गोंधळलेल्या अवस्थेतून बाहेर पडण्यासाठी त्याने काही दिवस शांतपणे वाट पाहण्याचे ठरवले. असा विचार करूनही त्याची द्विधावस्था कमी होत नव्हती. आपल्या प्रश्नांची उत्तरे कधी ना कधी मिळणारच आहेत, ही खातरी त्याला नसल्यामुळे त्या गावात थांबणे, वाट पाहत राहणे त्याच्यासाठी सोपे नव्हते. कारण मूर्तिकार हाच आपला खरा मार्गदर्शक आहे याची शाश्वतीच त्याला नव्हती.

त्या मूर्तिकाराने बनवलेल्या सगळ्या मूर्तींचे एक आगळेवेगळे वैशिष्ट्य होते. ते म्हणजे, मूर्तींच्या ओठांचा वेगवेगळा आकार, वेगवेगळ्या मुद्रा. जसे, आपण 'प' अक्षराचा उच्चार करतो, तेव्हा आपल्या ओठांचा आकार वेगळा असतो. 'आ'चा उच्चार करताना आणखी वेगळा... थोडक्यात, प्रत्येक अक्षराच्या उच्चाराबरोबर ओठांचा आकार बदलतो. तो मूर्तिकार अशा प्रकारे

ओठांच्या विविध मुद्रा असणाऱ्या मूर्ती बनवत असे.

एके दिवशी मूर्ती तयार झाल्यानंतर मूर्तिकार त्या मनुष्याला म्हणाला, 'आता तू या सर्व मूर्तींचे सूक्ष्मपणे निरीक्षण कर.' त्या मनुष्याने बघितले, की मूर्ती घडवल्यानंतर आणि त्यांना रंगरंगोटी केल्यानंतर त्या बाहेर नेल्या जातात. परंतु कुठे? ही बाब त्याच्यासाठी रहस्यच होती. मूर्तिकाराने सांगितल्याप्रमाणे तो बारकाईने मूर्ती न्याहाळू लागला. कोणत्या मूर्तीचे ओठ कोणत्या अक्षराच्या मुद्रेमध्ये आहेत हे पाहून मूर्तींसंबंधी अंदाज बांधायला सुरुवात केली. कित्येक दिवसांच्या अभ्यासानंतर, निरीक्षणानंतर तो मूर्तींच्या ओष्ठ-मुद्रांचा विशेषज्ञ बनला. प्रत्यक्षात आपण जेव्हा एखाद्या गोष्टीसोबत सातत्याने राहतो, तिचे निरीक्षण करतो, तिच्यावर मनन करतो, तेव्हा आपोआपच त्या गोष्टीमध्ये प्रगती साधतो. त्या विशिष्ट बाबतीत कालांतराने विशेषज्ञ बनतो.

तो मनुष्य मूर्तींच्या ओठांचा अभ्यास करून विशेषज्ञ बनला. त्यानंतर मूर्तिकाराने त्याला पुढील अभ्यास सांगितला. मूर्तिकार त्याला म्हणाला, 'या मूर्ती काय सांगत आहेत, ते ऐकण्याचा आता प्रयत्न कर. यासाठी तू मूर्तींसमोर ध्यानस्थ बस.' तो मनुष्य मूर्तींसमोर ध्यान लावून बसला. परंतु बराच वेळ त्याला काहीही ऐकू आले नाही. यासंबंधी मूर्तिकाराला सांगितल्यावर मूर्तिकाराने त्याला ध्यानाचा सातत्याने सराव करायला सांगितला.

मूर्तिकाराच्या सांगण्यानुसार तो मनुष्य आता दररोज तासन्तास मूर्तींसमोर ध्यानात बसू लागला. तरीदेखील त्याला काहीही ऐकायला येत नसे. शेवटी एके दिवशी त्याने मूर्तिकाराला विचारले, 'मी इतके दिवस मूर्तींसमोर बसत आहे. परंतु मला काहीच का ऐकू येत नाही? ही कोणती अडचण आहे? आपण कमीत कमी मला मूर्तींचे बोलणे कसे ऐकायचे याबद्दल काही संकेत तरी द्या.' मूर्तिकार म्हणाला, 'तुझे लक्ष कानांवर आहे त्यामुळे तुला मूर्तींचा आवाज ऐकू येत नाही. आपले ध्यान कानांवर नाही तर तेजस्थानावर (हृदयावर) ठेव.' आता तो मनुष्य तेजस्थानावर ध्यान देऊ लागला. आता तरी आपल्याला मूर्तींकडून काही ना काही नक्कीच ऐकायला मिळणार, अशी आशा त्याला होती. परंतु दिवसभर ध्यानात बसूनही त्याची निराशाच झाली.

संध्याकाळी मूर्तिकाराने विचारले, 'आज ध्यान कसे झाले?' त्याने उत्तर दिले, 'खरे तर अजूनपर्यंत मूर्ती काहीच बोलल्या नाहीत. परंतु आज ध्यानामध्ये बसल्यानंतर मला चांगले वाटले.' म्हणजे काहीतरी प्रगती होत होती. त्याचे उत्तर ऐकून मूर्तिकार म्हणाला, 'मूर्तींच्या डोळ्यांत आणि ओठांमध्ये काही ताळमेळ

आहे का, याचे आता निरीक्षण कर.' मूर्तींचे अधिक सूक्ष्मपणे निरीक्षण करायचे आहे, हे त्या मनुष्याला समजले.

एखाद्या मूर्तीचे डोळे 'आ' म्हणत आहेत आणि ओठ 'ई' म्हणत आहेत तर याचा अर्थ त्यांच्यात ताळमेळ नाही. अशा वेळी ती मूर्ती गोदामात टाकली जायची. या निरीक्षणात एक गहन संकेत दडलेला होता. आपण एखाद्याशी बोलतो, तेव्हा ओठांबरोबरच आपले डोळेदखील काही बोलत असतात. मनुष्य ओठांनी बोलतो तेव्हा एक तरंग उठतो आणि डोळ्यांनी बघतो तेव्हा तो एक प्रकाशकिरण असतो. हे दोन्हीही जेव्हा एखाद्या वस्तूवर पडतात, तेव्हा त्यापासून काही लाभ तरी होतो वा हानी तरी होते किंवा सगळे काही तटस्थ राहते. आता प्रश्न हा आहे, की लाभ आणि हानी केव्हा होते? प्रत्यक्षात आपल्या ओठांचे तरंग आणि डोळ्यांतील प्रकाशकिरणे वेगवेगळ्या दिशांना असतात, तेव्हा हिंसा होते, जी कोणत्याही हानीपेक्षा कमी नसते.

त्या मनुष्याने बघितले, की ज्या मूर्तींच्या डोळ्यांच्या आणि ओठांच्या भावांमध्ये ताळमेळ होता, त्या मूर्ती मूर्तिकार दुसरीकडे पाठवायचा; तर ज्या मूर्तींच्या डोळ्यांचे आणि ओठांच्या भावामध्ये एकमेकांशी समन्वय नव्हता, त्या पुन्हा गोदामात ठेवल्या जायच्या. हळूहळू तो मनुष्य मूर्तींच्या भावनांमधील ताळमेळ समजण्यात पूर्णतः परिपक्व झाला. त्यानंतर मूर्तिकाराने त्याला दुसऱ्या गावामध्ये जाऊन राहायला सांगितले. हे ऐकून तो मनुष्य संभ्रमित झाला. त्याने विचारले, 'मला अजूनही माझ्या प्रश्नांची उत्तरे मिळाली नाहीत. मग मी इथून कसा काय जाणार?' यावर मूर्तिकार काहीही बोलला नाही.

त्या मनुष्याकडेही दुसरा कोणताही पर्याय नसल्यामुळे त्याला मूर्तिकाराचे म्हणणे ऐकावे लागले. मूर्तिकाराने सांगितलेल्या गावी तो पोहोचला. त्याने एका धर्मशाळेत मुक्काम केला. मूर्तिकाराने त्या गावात पाठवण्याचे रहस्य त्याला जाणून घ्यायचे होते. यासाठी त्याने त्या गावाचे वैशिष्ट्य जाणायचे ठरवले. म्हणून त्याने गावकऱ्यांशी ओळख करून घेतली. गप्पांच्या ओघात त्या गावात विशेष काय आहे, हेदेखील विचारले. परंतु सगळ्या गावकऱ्यांचे एकच उत्तर होते, 'या गावात विशेष असे काहीही नाही. हे गाव इतर गावांसारखे सामान्य आहे.'

गावकऱ्यांशी बोलता-बोलता त्या मनुष्याची नजर अचानक गावाच्या चौकात कापडाने झाकलेल्या एका मूर्तीवर पडली. त्याने उत्सुकतेने गावकऱ्यांना विचारले, 'या मूर्तीचा चेहरा का झाकला आहे?' गावकऱ्यांनी सांगितले, 'अहो! या मूर्तीला अशा प्रकारे कापड गुंडाळले आहे, की कितीही प्रयत्न केले तरीही

ते कापड मूर्तीपासून वेगळे करता येणार नाही. समजा, ताकद लावून कापड काढण्याचा प्रयत्न केला, तर मूर्ती तुटण्याचीच शक्यता आहे. म्हणून आतापर्यंत मूर्तीचा चेहरा झाकलेलाच आहे.' ही कोणती मूर्ती असेल? असे कापड का गुंडाळून ठेवले असेल? असे अनेक प्रश्न त्या मनुष्याला पडले. शेवटी शांत होण्यासाठी त्याने चौकात झाकून ठेवलेल्या त्या मूर्तीसमोरच ध्यानसाधनेला सुरुवात केली. संपूर्ण लक्ष तेजस्थानावर (हृदयावर) ठेवून तो ध्यान करत राहिला.

ध्यानानंतर रात्री त्या मूर्तीजवळच्या मोकळ्या जागेतच तो झोपी गेला. रात्री अचानक त्याला जाग आली आणि त्याचे लक्ष मूर्तीकडे गेले. मूर्तीवर बांधलेले कापड बाजूला पडले होते. त्याने उत्सुकतेने त्या मूर्तीच्या चेहऱ्याकडे बघितले आणि तो आश्चर्याने थक्क झाला. कारण त्याच्या समोर त्याचेच प्रतिबिंब होते... ती मूर्ती त्याचीच होती. तो ताबडतोब मूर्तीजवळ गेला. त्याने मूर्तीच्या डोळ्यांचे आणि ओठांचे निरीक्षण केले. त्यानंतर डोळे बंद करून मूर्तीला प्रश्न विचारले. अशा तऱ्हेने त्याला शेवटी त्याच्या सगळ्या प्रश्नांची उत्तरे मिळालीच.

कथेचा अर्थ

मूर्तिकाराच्या कथेमधून आपल्याला सूक्ष्म हिंसेसंबंधी अधिक विस्ताराने सांगितले आहे. डोळ्यांमुळेदेखील हिंसा घडते हे लोकांच्या लक्षात येत नाही. डोळ्यांनी हिंसा होत असल्यामुळेच मनुष्याची नजर चांगली आहे की वाईट या गोष्टीला खूप महत्त्व दिले जाते. जसे, एखाद्या पुरुषाने एखाद्या स्त्रीला बहीण मानले. परंतु त्याच्या नजरेत वासना असेल, तर ही हिंसा आहे आणि ही गोष्ट त्याला स्वतःलादेखील समजत नाही.

एखादा मनुष्य जिभेने किंवा ओठांनी (वाणीने) वचन देतो. परंतु त्याच्या नजरेत बेईमानी झळकत असेल तर ही हिंसा आहे. म्हणूनच ओठ आणि डोळे या दोन्हींमध्ये ताळमेळ अत्यावश्यक आहे.

या दोन्हींवर कार्य करण्याची इच्छा असणाऱ्यांसाठी अत्यंत सूक्ष्म संकेत उपलब्ध आहेत. अशा प्रकारे कार्य करणाऱ्यांना आपल्या डोळ्यांच्या आणि ओठांच्या भावनांमध्ये ताळमेळ आढळून आला नाही, तर अशा प्रत्येक वेळी ते समोरच्या मनुष्याची क्षमा मागतात आणि कर्मबंधनांच्या रेषा मिटवतात. ताळमेळ वाढवण्यासाठी ते स्वतःला काही शब्दांद्वारे योग्य संकेत देतात. 'मी वासनेच्या नाही, उपासनेच्या पक्षात आहे. क्रोधाच्या नाही तर आनंदाच्या पक्षात आहे.' अशा प्रकारे ओठ आणि डोळे यांच्या भावनांचा ताळमेळ साधणाऱ्यांच्या नजरेतून जेव्हा दुर्गुणांचे, दोषांचे दर्शन घडते तेव्हा सजगतेने ते स्वतःलाच

आठवण करून देतील, 'मी दुर्गणाच्या नव्हे, तर सगुणाच्या, सुराईच्या पक्षात आहे.' सुराई म्हणजे जिथे सूर म्हणजेच ताळमेळ आहे.

अहिंसक असणे म्हणजे शिवीगाळ न करणे किंवा मारामारी न करणे अशी सर्वसामान्य कल्पना आहे. प्रत्यक्षात हिंसा ही अत्यंत सूक्ष्म पातळीवर घडते. म्हणूनच आपण जेव्हा एखाद्याकडे पाहतो, तेव्हा आपल्या आतमध्ये कोणते भाव जागृत होतात, तसेच आपण इतरांमध्ये कोणत्या भावना निर्माण करण्यासाठी निमित्त बनतो, या गोष्टी महत्त्वाच्या ठरतात. आपली नजर एखाद्यावर पडल्यानंतर तो मुक्तीपासून लांब जात असेल तर ही हिंसा आहे. याउलट, आपल्या पाहण्यामुळे त्याच्यात मुक्तीच्या जवळ जाणाऱ्या भावना जागृत होत असतील, तर तिला अहिंसा म्हणता येईल. करुणा, प्रेम म्हणूनही संबोधता येईल. कारण प्रेमाची नजरच मनुष्याला मुक्तीच्या दिशेने अग्रेसर करते. म्हणूनच डोळे, ओठ किंवा वाणी यांचा परस्परांशी समन्वय आवश्यक आहे. मनुष्याची जीभ लहानशीच आहे; परंतु तिचा योग्य उपयोग होण्यासाठी, तिला प्रशिक्षित करण्यासाठी ध्यास आणि वेळ या दोन्हींची आवश्यकता असते.

या संपूर्ण कथेमध्ये एक रहस्य गुंफले आहे. ते असे, की 'स्वतःला जाणून घेतले तर खुदा (ईश्वर) भेटेल.' Know thyself and self will give you all the answers म्हणजेच सेल्फला जाणून घेतले, तर सेल्फ प्रत्येक प्रश्नाचे उत्तर देईल. स्वतःपर्यंत किंवा ईश्वरापर्यंत पोहोचण्याच्या मार्गात असणाऱ्या वृत्ती, विकार, धारणा, कथा, कल्पना, श्रेय (क्रेडिट), कपट आणि अहंकार यांचे अडथळे दूर करूनच मनुष्य साधना करतो. कथेमधील मनुष्याने जेव्हा खरी साधना साधली, तेव्हाच त्याला सगळ्या रहस्यांचा उलगडा झाला.

कथेचा शेवट

गावच्या सरपंचाने त्या मनुष्याला मूर्तिकाराकडे का पाठवले? त्या मूर्तिकाराने त्याच्याकडे येणाऱ्या त्या मनुष्याचा इतका आदरसत्कार का केला? या प्रश्नांचा उलगडा संपूर्ण कथा वाचल्यानंतर आपल्यालाही झाला असेल. प्रत्यक्षात मूर्तिकाराने त्या मनुष्याची मूर्ती अगोदरच बनवली होती. त्यामुळेच तर मूर्तिकाराने त्याला इतक्या सहजपणे आपला शिष्य बनवले. कारण त्या मनुष्याने ती पात्रता गाठली होती. त्या मनुष्याची मूर्ती तयार होऊन ती चौकात बसवलीसुद्धा होती. परंतु चेहरा झाकलेला असल्याने रहस्याचा उलगडा झाला नव्हता. कारण हीच तर लीला होती!

वाचकहो! आता आपण थोडा वेळ डोळे बंद करून या कथेवर मनन करा. यामध्ये असणारी लीला समजून घ्या आणि यातून आपल्याला कोणते रहस्य उलगडले आहे हे पाहा. प्रत्यक्षात ईश्वररूपी मूर्तिकार मूर्तींची निर्मिती करतच आहे. मग ती महावीरांची मूर्ती

असो किंवा बुद्धाची, हनुमानाची असो अथवा येशू ख्रिस्तांची. मूर्ती कोणतीही असली तरी ती मूर्ती आपल्याला काय सांगत आहे आणि आपण काय उत्तर देतो ही महत्त्वपूर्ण गोष्ट आहे. कारण स्वतःला जाणून घेतल्याशिवाय उत्तर मिळत नाही आणि स्वतःला जाणल्यानंतर प्रश्नच शिल्लक राहत नाही.

मूर्तीसमोर ध्यान करताना आपले लक्ष कानांवर नव्हे, तर हृदयावर म्हणजेच तेजस्थानावर असायला हवे. स्वतःला जाणण्यासाठी स्वतःलाच प्रश्न विचारा, 'मी कोण आहे?' आपण स्वतःला जाणल्यानंतर ईश्वराकडून आपल्याला प्रश्नांची उत्तरे मिळू लागतील.

❑❑❑

१६

सूक्ष्म हिंसेतून मुक्ती

हिंसेचा परीघ ओळखा

मनुष्याकडून चुकीची एक कृती घडली की त्याच्या जीवनात एका कर्मबंधनाची रेषा, लकीर ओढली जाते. 'लकीर' म्हणजे, 'लगान की रस्सी'. म्हणजेच अनिच्छेने भराव्या लागणाऱ्या महसुलाचे (टॅक्सचे) बंधन. हेच बंधन मनुष्याला बंधनात बांधते. भगवान महावीरांनी बंधनांपासून मुक्त होण्यासाठी लोकांना उपदेश केला. 'या बंधनांना मुक्त करता-करता परमात्मा बना. आत्मा परमात्म्यामध्ये विलीन होतो.' हे घडण्यासाठी सर्वप्रथम आपल्या आतमध्ये असणाऱ्या सूक्ष्म कर्मरेषा पाहायला, ओळखायला शिकले पाहिजे. प्रत्येक कर्मबंधनातून मुक्त होण्यासाठी सूक्ष्मातील सूक्ष्म कर्मरेषा ओळखण्याची कला आपल्याला शिकावी लागेल. तेव्हाच मुक्ती मिळू शकेल.

एखाद्या झाडाचे पान जाता-येता तोडताना आपण कधी विचार केला आहे का, की 'माझ्या आतमध्ये या झाडाबद्दल प्रेम आहे की तिरस्कार?' कदाचित आपण स्वतःला असे प्रश्न विचारले नसतील. परंतु लक्षात घ्या, असे प्रश्न स्वतःला विचारल्यानंतरच जागृती यायला, सजगता यायला सुरुवात होते. एखादे झाड किंवा फूल बघितल्यावर आपल्याला खूप आनंद होतो. अशा वेळी ते सुंदर फूल ताबडतोब तोडण्याचा मोह अनावर होतो का? उत्तर जर 'हो' असेल तर फूल तोडताना झाडाविषयी किंवा फुलाविषयी प्रेम वाटते की तिरस्कार, याचा विचार करा. आपल्याला जर त्या फुलाबद्दल प्रेम वाटत असेल, तर

निश्चितच आपण फूल तोडणार नाही. कारण कोणतीही गोष्ट ओरबाडण्याची, तोडण्याची क्रिया तेव्हाच घडते जेव्हा आपल्याला त्या गोष्टीचा तिरस्कार, द्वेष वाटतो. परंतु प्रेम असेल तर 'मी हे का तोडतोय?' असा प्रश्न आपोआपच आतून येईल. सामान्यपणे ही बाब सगळ्यांच्याच बाबतीत घडत नाही. कारण या सूक्ष्म हिंसेकडे लोकांचे लक्षच जात नाही.

त्यांचे संपूर्ण लक्ष फुलाच्या सौंदर्यावर आणि सुवासाकडे वेधलेले असते. ते फूल कधी एकदा आपल्या प्रिय व्यक्तीला देतो, असे त्यांना होते. अशा प्रकारचे लोभाचे किंवा वासनेचे शक्तिशाली विचार मनुष्याच्या विचारप्रक्रियेला नियंत्रित करतात. अशा विचारांमुळे हिंसादेखील घडते. फूल तोडण्याच्या क्रियेकडे त्या झाडाच्या किंवा रोपट्याच्या नजरेतून बघितले, तर ही हिंसा ताबडतोब बंद होईल. यासाठी आवश्यकता आहे ती केवळ आपला दृष्टिकोण बदलण्याची. त्या फुलाच्या, निसर्गाच्या सौंदर्यापेक्षा आपले लक्ष या गोष्टीवर होते, की 'मी या फुलाचे काय करणार? हे फूल जर मला मिळाले, तर मी त्याचा गुलकंद बनवेन...' हा दृष्टिकोण बदलायला हवा. कारण यामुळेदेखील हिंसेची एक रेषा तयार होते.

एखादा किडा चावल्यानंतर कित्येकदा आपण त्याला मारतो. कारण त्यामागे आपल्या मनातील चीड, किड्याचा तिटकारा काम करत असतो. परंतु पाने-फुले तोडताना आपल्याला तसा राग येत नाही. ज्यांच्याविषयी जितका तिरस्कार जास्त तितक्या आपल्या कर्मबंधनांच्या रेषा दाट, गडद होत जातात. पेपर वाचताना, न्यूज चॅनल्स पाहताना काही बातम्यांमुळे आपण चिडतो. समजा, त्यामध्ये डासांसंबंधी काही बातमी असेल, तर आपण कदाचित जास्तच चिडतो. कारण डास चावल्यामुळे कोणकोणते आजार पसरतात याबद्दल तर आपल्याला माहिती आहेच. हे संसर्गजन्य आजार आपल्या कुटुंबातील सदस्यांना होऊ नयेत म्हणून डासांना मारण्याचा पुरेपूर बंदोबस्त आपण करतो. परंतु हे करताना आपल्या मनात तिरस्कार, तिटकारा हे भाव असतील तर तीदेखील एक प्रकारची हिंसाच आहे. तेव्हा हे सर्व करताना यामागे तिरस्कार हे एक कारण तर नाही ना, याचा विचार करा. तेव्हाच हिंसेची लकीर कशी असेल हे निश्चित होईल. चीड, तिरस्कार जितका जास्त तितकीच ती रेषा खोलवर असेल.

मारझोड करणे, शिवीगाळ करणे अशा गोष्टी कुणालाही आवडत नाहीत. त्यामुळे आपल्याला जे आवडत नाही, रुचत नाही तसे आपणही इतरांशी वागता कामा नये.

अशाच प्रकारे कुणालाही आयुष्यात दुःख हे नकोसेच वाटते. त्यामुळे एखाद्याला दुःख देणे हीदेखील एक प्रकारची हिंसाच आहे, ही गोष्ट लक्षात घ्यायला हवी. तेव्हा, आपल्या वागण्यातून कुणालाही दुःखी करू नये.

एखाद्याने आपल्यावर नियंत्रण ठेवण्याचा प्रयत्न केला किंवा गुलाम बनवले तर आपल्याला ते आवडणार नाही. कारण एखाद्याला दास बनवणे किंवा कुणावर तरी आपले

वर्चस्व गाजवणे हीदेखील एक प्रकारची हिंसाच आहे.

वरील विवेचनातून एक गोष्ट आपल्या लक्षात आली असेल. आपल्याला ज्या- ज्या गोष्टींचा त्रास होतो किंवा ज्या चांगल्या वाटत नाहीत त्या गोष्टी, वर्तणूक इतरांच्या बाबतीत आपण करतो तेव्हा त्याला हिंसा म्हणतात. या सर्व बाबी हिंसेच्या कक्षेत येतात. या हिंसेमुळे कर्मबंधनांचा दोर तयार होतो.

हेतूचे महत्त्व

शेत नांगरताना वेगवेगळ्या प्रकारचे किडे, कीटक, लहान-लहान प्राणी मारले जातात. एखाद्याला हीदेखील हिंसा वाटेल. पण लक्षात घ्या, इथे शेतकऱ्याच्या मनात त्या किड्यांबद्दल, लहान जिवांबद्दल तिरस्काराची कोणतीही भावना नाही. त्याचा हेतू साफ, स्वच्छ आहे. धान्य उगवून, पिके पिकवून जगातील लोकांचे पालनपोषण त्याला करायचे आहे. त्यातून उच्च चेतना जिवंत राहावी हादेखील एक उद्देश आहेच. यातून लक्षात येते, की आपल्या क्रियेमागे असणारा हेतू किंवा भावना ही अत्यंत महत्त्वाची असते.

महिलांकडून स्वयंपाकाच्या वेळी कित्येक सूक्ष्म जीव मारले जातात, हे आपल्याला माहीत आहे का? पण मग स्वयंपाक बनवणे सोडून द्यायचे का? नाही. अन्न तर शिजवायचे; पण त्याचबरोबर क्षमा-साधनादेखील करायची. ती अशी, 'कळत-नकळत माझ्या मनात ज्यांच्याविषयी द्वेष निर्माण झाला असेल किंवा द्वेषाशिवायही कर्मरेषा तयार झाली असेल तर मला क्षमा करावी. मी अंत:करणापासून क्षमा मागते.'

अशा प्रकारे क्षमा मागण्याची सवय विकसित झाल्यावर हलक्या कर्मरेषादेखील नष्ट होतात. याशिवाय मोठ्या कर्मबंधनांसाठी म्हणजेच तिरस्काराची भावना जिथे अधिक आहे, तिथे क्षमा-साधना ही अत्यंत महत्त्वाची ठरते. अशा स्थितीत क्षमा-साधना अखंडपणे करत राहिल्यावर तिरस्कार नाहीसा होतो आणि मनाची शुद्धता वाढते, प्रेम जागृत होते. अशा प्रकारे आपण हळूहळू क्षमा-प्रार्थनेच्या गाभ्यापर्यंत पोहोचाल. क्षमा-साधनेमुळे आपल्यामध्ये इतके प्रेम उफाळून येईल, की नकारात्मक विचार, कृती या आपोआपच नाहीशा होतील.

अशाच प्रकारे सीमेवरील जवान जेव्हा दुसऱ्या देशातील सैनिकांवर हल्ला करतात अथवा गोळीबार करतात, तेव्हा त्यांच्या लढाईमागे तिरस्कार असतो का? त्यांचा हेतू हिंसेचा असतो का? की ते आपल्या देशाच्या संरक्षणासाठी समोरच्यांवर प्रहार करतात? वास्तविक देशाचे संरक्षण करणे हे त्यांचे परम कर्तव्य असल्यामुळे ते आपले काम चोखपणे बजावतात. आपल्या कर्तव्याच्या बाबतीत प्रामाणिक असणारा सैनिक दुसऱ्या देशातील सैनिकांचा तिरस्कार करणार नाही. ही बाब अत्यंत सूक्ष्म, तरल स्तरावर जाणण्यासारखी आहे. ही गोष्ट प्रत्येक मनुष्याला समजली तर त्यामुळे होणारी सूक्ष्म हिंसादेखील नष्ट होईल.

❑❑❑

१७

सत्य पालन करणे

भगवान महावीरांचे दुसरे व्रत

'अहिंसेच्या जवळ राहा' हे भगवान महावीरांचे सांगणे होते. याचाच अर्थ, 'असत्यापासून दूर राहा.' हिंसा न करण्याच्या व्रतानंतर महावीरांनी आपल्या साधकांना 'सत्यपालनाचे' व्रत अंगीकारण्यासाठी सांगितले. साधारणतः लोकांना सत्यपालनाचा वरवरचा अर्थच माहीत असतो. तो म्हणजे 'खोटे न बोलणे आणि कपट न करणे म्हणजेच सत्यपालन करणे होय'. हाच अर्थ धरून बसणारे लोक शब्दांचा खेळ खेळत स्वतःलाच धोका देतात. हे एका उदाहरणातून समजून घेऊ या.

एक लठ्ठ विद्यार्थी होता. वजन कमी करण्यासाठी डॉक्टरांनी त्याला आहार कमी करायला सांगितला. डॉक्टरांच्या सांगण्यानुसार त्याने डाएटिंगदेखील सुरू केले. परंतु मध्येच त्याची शालेय परीक्षा आली. परीक्षेच्या तणावामुळे त्याने विचार केला, 'आधी ही परीक्षा संपू दे. त्यानंतर काटेकोरपणे पथ्य पाळता येईल.' असा विचार करून, नियंत्रित आहार बाजूला सारून त्याने भरपेट खायला सुरुवात केली. आता त्याचे खाण्यावर कोणतेही नियंत्रण राहिले नाही.

अशा प्रकारे हवे ते आणि वाट्टेल तेवढे खाता-खाता तो स्वतःला एकीकडे सांगतही राहिला, 'परीक्षा झाल्यावर ताबडतोब पथ्यपाणी सांभाळायचेच.'

अशा वागण्यातून तो स्वत:चीच किती मोठी फसवणूक करत होता, या गोष्टीची जाणीवही त्याला नव्हती.

या उदाहरणावरून मनुष्याचा दृष्टिकोण कसा असतो हे आपल्या लक्षात आले असेल. अशा प्रकारे आपण स्वत:शी कुठे-कुठे खोटे बोलतो, असत्य सांगतो, स्वत:लाच धोका देतो, या गोष्टींकडे प्रत्येकानेच लक्ष द्यायला हवे. त्या विद्यार्थ्याने परीक्षेच्या तणावाचा सामना करण्यासाठी पुन्हा जास्त खायला सुरुवात केली असेलही; परंतु ते अतिरिक्त खाणे त्याच्या शरीरासाठी त्रासदायकच ठरणार आहे. त्याला जर खायचेच होते तर स्वत:ला खरे सांगून त्याने खायला हवे होते. खोटे बोलण्याची आवश्यकता नव्हती. आवडती गोष्ट खरेपणाने खाल्ली, तर आपण निश्चितच मुक्तीच्या दिशेनेच जाल. खरेपणाने खाणे म्हणजे काय? 'अमुक बाबतीत मी खूप लोभी आहे. माझी इंद्रिये माझ्या ताब्यात नाहीत,' असे जेव्हा आपण मानता, तेव्हा स्वत:ला सत्य परिस्थिती सांगून प्रार्थना करता, 'हे ईश्वरा, माझी इंद्रिये माझ्या नियंत्रणात यावीत आणि मीदेखील महावीरांप्रमाणे बनावे.' त्या विद्यार्थ्यानेदेखील अशी प्रार्थना करून जास्त खाल्ले असते, तर पुढे चांगला सीन (घटना) येण्याची शक्यता नक्कीच होती. परंतु त्याने असे काहीही केले नाही. तो मात्र स्वत:ला धोकाच देत राहिला.

त्या विद्यार्थ्याने अगोदर परीक्षेचा बहाणा बनवून जास्त खायला सुरुवात केली. परिणामी, परीक्षेनंतरही हवे ते खाण्यासाठी तो वेगवेगळी कारणे शोधत राहणार. यामागे मनुष्याचा दृष्टिकोण काम करतो. त्यामुळे कित्येकदा सामान्य कामही त्याच्यासाठी कठीण बनते. स्वत:लाच फसवण्याची, धोका देण्याची ही सवय अत्यंत चुकीची आहे. इंग्रजीत याला सेल्फ डिसेप्शन (स्वत:शी खोटे बोलणे) असे म्हणतात. या सवयीमुळे मनुष्य आपल्या मनाला हवे तसे वागण्याची परवानगी देतो. वास्तविक मनाची ही चाल आपण समजून घ्यायला हवी. त्याविषयी जागरुकदेखील व्हायला हवे. सत्यपालनाचे व्रत घेतल्यावर मात्र आपण सत्यासंबंधीच विचार करायला हवेत. अशा वेळी मनात बोललेल्या असत्यामुळेही सत्यपालनाच्या व्रताचा भंग होतो, ही सूक्ष्म गोष्ट लक्षात घ्यायला हवी.

असत्याची श्रेणी

सामाजिक स्तरावर नाती निभावतानादेखील आपण सत्याचे पालन करायला हवे. कारण कित्येकदा मनुष्य नात्यांमध्ये अर्धे सत्य आणि अर्धे असत्य बोलतो. आपले काम पूर्ण करण्यासाठी आपण स्वत:बद्दल किंवा आपल्या व्यवसायासंबंधी समोरच्या मनुष्याला पूर्ण खरे सांगत नाही. तरीदेखील आपण कुणाशीही खोटे बोलत नाही, असे आपल्याला वाटते. अशा प्रकारची वर्तणूक ही असत्याच्या श्रेणीतच मोडते, ही गोष्ट लक्षात घ्या.

मनुष्याचे मन कौतुकाचे, स्तुतीचे गुलाम असते. शाबासकीची थाप मिळताच ते तिकडेच धाव घेते. जसे, एखाद्याने आपली थोडी जरी प्रशंसा केली तरी आपण त्याला भरभरून मदत करतो. याउलट, कुणी कर्तव्यांची जाणीव करून देण्यासाठी सांगितले, की 'अमुक काम करणे ही तुझी जबाबदारी आहे. ते तुलाच करावे लागेल.' अशा वेळी कौतुकाऐवजी जबाबदारीची जाणीव करून देणारा तो मनुष्य आपल्याला चुकीचा वाटेल. त्याच्याबद्दल मनात क्रोध निर्माण होईल. जबाबदारीची जाणीव करून देणाऱ्या मनुष्याला चांगलाच धडा शिकवावा असेही आपल्याला वाटेल. वास्तविक त्याचे बोलणे योग्यच असून त्यासाठी त्याला धन्यवादही द्यायला हवेत, असे आपल्याला मनात वाटत राहील. तरीदेखील आपले मन या सत्यावर, खरेपणावर पडदा टाकण्याचा प्रयत्न करेल. अहंकार आडवा आल्याने मन मनुष्याला सातत्याने असत्याचेच दर्शन घडवते. हे अत्यंत सूक्ष्म स्तरावर घडत असल्यामुळे या असत्याची जाणीव झाकली जाते.

असत्यातून सत्याकडे येण्यासाठी स्वतःलाच विचारायला हवे, 'मी केलेली कृती योग्य होती, की मी स्वतःलाच फसवत होतो? माझ्याच गोष्टींमध्ये मी स्वतःला अडकवत तर नाहीये ना?' कारण मन एकाच वेळी असंख्य विचार समोर आणते आणि आपल्याला ते सगळेच योग्य वाटतात. अशा वेळी एखाद्या मार्गदर्शकाच्या मार्गदर्शनाकडेही आपण पाठ फिरवतो आणि मनाचेच ऐकतो... अशा तऱ्हेने मनाची मनमानी सुरूच राहते.

जोपर्यंत मनुष्याला स्वातंत्र्याची गोडी वाटत नाही, तोपर्यंत त्याच्या आत मुक्तीची ओढ निर्माण होणार नाही. मग आपण मनाच्याच विचारांना योग्य मानत राहाल. मनाच्या कथांनाच सत्य समजाल. अशा प्रकारे अज्ञानात आपण आपल्याच विचारांशी सुखदु:खाचे खेळ खेळत राहाल. नकारात्मक विचारांमुळे नकारात्मक कथा तयार होते. त्या कथेमुळे आपण दु:खी होतो. इतरांना त्यांच्या वर्तणुकीबद्दल दोष देतो.

यासाठीच सत्य आणि असत्य नेमके काय आहे, यावर मनन करायला हवे. त्यानंतर स्वतःला विचारा, 'समोरचा माझ्याशी जसे वागला तसे त्याने का वागायला नको होते? मी जो विचार करत आहे, तो माझ्या मनाचा खेळ तर नाही ना? हा धोका आहे का?' मनन करताच आपल्या लक्षात येईल, की 'माझ्या आयुष्यात जे काही घडत आहे, ते सर्व ईश्वर करत आहे आणि ईश्वर कधीही चूक करत नाही.' अशा प्रकारे आपल्याला अशाच प्रकारे सकारात्मक विचार करून स्वतःला विचारायचे आहे, 'जे घडले ते घडण्यामागचे कारण काय? त्यामध्ये माझ्यासाठी कोणता धडा, कोणती शिकवण दडलेली आहे?' सामान्यत: अशा प्रकारे मनुष्य विचार करू शकत नाही. त्याला वाटते, 'जे घडत आहे ते योग्य नाही. सगळेच चुकीचे होत आहे.' सत्यापासून दूर असल्यामुळे असे विचार त्याच्या मनात येत राहतात. शिवाय, परिस्थितीचे यथार्थ चित्रही त्याला स्पष्ट नसते.

मनुष्याच्या मनात दररोज नवनवीन कथा तयार होतात. 'हे चुकीचे घडत आहे... ते चुकीचे होत आहे... असे व्हायला नको... तसे घडायला नको...' आणि या कथांमुळे त्याच्या जीवनात दुःख येते. त्या दुःखावर तो स्टॅम्पिंगदेखील (शिक्कामोर्तबदेखील) करतो. 'अमुक एक दुःख असल्यामुळे मी असा वागतो... तसा वागतो... मी त्याला सोडणार नाही... त्याला चांगलाच धडा शिकवेन...' वगैरे वगैरे. अशा कथा बनवून त्यावर दुःखाचे स्टॅम्पिंग करून तो स्वतः कोणतेही ध्येय साध्य करू शकत नाही. सातत्याने वृत्तींच्या चक्रामध्ये गुरफटलेला राहतो. या चक्रव्यूहाचा भेद करण्यासाठी त्याला स्वतःलाच काही प्रश्न विचारावे लागतील. जसे, 'हे सत्य आहे की मनाचा भ्रम?'

आपल्या मनाने जर एखाद्या गोष्टीवर विश्वास ठेवला, तर त्यानुसारच कथा तयार होते. मनाने तयार केलेल्या कथेनुसारच आपल्याला सगळे काही दिसते. शिवाय, तीच कथा सत्य, योग्य असण्याचे पुरावेही मिळतात. कारण मनुष्याची बुद्धी त्यानुसार काम करते. जसे, एखाद्या पतीला आपल्या पत्नीवर संशय येतो. त्यानंतर तो सर्व काही त्या शंकेखोर नजरेतूनच पाहतो. भलेही वास्तव तसे नसेलही. परंतु त्याला त्याच गोष्टी खऱ्या, योग्य वाटतात. कारण त्याची बुद्धी दिसणाऱ्या गोष्टींनाच खरे मानते. प्रत्यक्षात तो भ्रम असतो, असत्य असते.

हा भ्रमाचा पडदा दूर झाल्यानंतर त्याला स्वतःचीच खूप लाज वाटते. 'मी असा विचार केलाच कसा?' परंतु भ्रमजालात न अडकता कोणत्याही परिस्थितीमध्ये आपली बुद्धी कसे काम करते याकडे आपल्याला लक्ष द्यायचे आहे. 'हे जग म्हणजे दुःखाचे घर आहे' असे एखाद्याने मानले, तर या गोष्टीचे त्याला कित्येक पुरावे मिळतील. तसेच 'जगामध्ये सर्वत्र प्रेम, आनंद, स्वास्थ्य आणि शांतता आहे' असे कुणाला वाटत असेल, तर त्यालादेखील त्याच गोष्टीचे पुरावे मिळतील. याचाच अर्थ, मनुष्य सत्य किंवा असत्य यांपैकी कशाची निवड करतो आणि कशा प्रकारच्या जीवनाकडे वाटचाल करतो, यावर सर्व काही अवलंबून असते.

पूर्णतः सत्यपालन करण्याची इच्छा असेल तर वरवर प्रयत्न करून काहीही घडत नाही. यासाठी आपल्याला सत्याचा गाभा गाठावा लागतो. तेव्हाच आपण कोणत्या मर्यादेपर्यंत असत्याबरोबर जगत आहोत हे समजते. काही बाबतीत आपल्याला असेही वाटते, 'मी काही खोटे बोललो नाही. मी फक्त खरे तेच सांगितले.' परंतु आपल्या अंतरंगात खोलवर कित्येक असत्य बाबी सुरूच असतात. त्या गहनतेपर्यंत गेल्यानंतरच सत्यपालन करण्याची आपली इच्छा तीव्र होते. आपण कसोशीने सत्य वर्तनाचाच मार्ग अनुसराल.

पूर्णतः सत्यमार्गी बनण्यासाठी अगोदर लहान-लहान प्रयोग करा. मन जिथे सुंदरसे कारण देऊन असत्याची निर्मिती करते आणि खोट्यालाच खरे मानते त्या ठिकाणी त्याला

पकडा, त्याचा खोटेपणा जाणून घ्या. सदैव तमोगुणात राहण्यासाठी किंवा इंद्रियलालसा पूर्ण करण्यासाठी आणि अशाच कितीतरी गोष्टींसाठी आपले मन खोटे बोलते. कित्येकदा तर ते असा काही खेळ खेळते, की त्याच्या खोटेपणाला इतरांकडून सहजपणे सहमती मिळते.

जसे, एखादा मनुष्य मित्रासमोर आपले दु:ख, व्यथा मांडतो. तेव्हा त्याचे सांत्वन करताना मित्र म्हणतो, 'तू सध्या कोणत्या परिस्थितीतून जात असशील हे मला समजत आहे... तुझ्या जागी दुसरा कुणीही असता, तर आतापर्यंत अर्धमेला झाला असता... तू आहेस म्हणूनच सगळ्या गोष्टींचा धीराने सामना करत जगत आहेस...' याचाच अर्थ मनुष्याचे मन त्याच्याकडून अशा काही गोष्टी करवून घेते ज्यामुळे समोरचादेखील त्याच्याशी सहमत होऊन त्याच्या 'हो'ला 'हो' म्हणतो, त्याला अपेक्षित असणारे बोलतो. इतरांकडून मिळणाऱ्या स्वीकृतीचाही मन गैरफायदा घेते आणि कुणी विचारले, की 'असे का करतोस' तर ते उत्तर देते, 'मी जे काही वागतोय ते योग्यच आहे. बाकीचेही तसेच वागतात... ते पाहा...' याचा अर्थ मन स्वत:बरोबरच इतरांनाही फसवते. मनुष्याचे मन स्वत:ची मनमानी करण्यासाठी या पातळीपर्यंत उतरू शकते. यासाठीच यथार्थ आचरण करून सत्याच्या मुळापर्यंत जाणे गरजेचे आहे. तेव्हाच असत्यापासून मुक्ती शक्य आहे.

❑❑❑

१८

चोरी न करणे

भगवान महावीरांचे तिसरे व्रत

'चौर्य' म्हणजेच चोरी न करण्याचे तिसरे व्रत भगवान महावीरांनी त्यांच्या साधकांना दिले. या व्रताला त्यांनी 'अ-चौर्य' असे नाव दिले. अचौर्याचा शाब्दिक अर्थ आहे, चोरीपासून दूर राहणे. एखादी गोष्ट योग्य प्रकारे दिली जात नाही, तोपर्यंत ती घ्यायची नाही. समजा, घेतली तर ते कृत्य चोरीसमान आहे. परंतु अचौर्य शब्दाचा वास्तविक अर्थ हा अत्यंत विस्तृत, व्यापक आहे. त्यात कित्येक गोष्टींचा समावेश आहे. जसे, मनुष्य चोरी कुठे करत आहे... त्याला समज येण्याची कुठे आवश्यकता आहे... इतरांच्या अधिकारक्षेत्रात तो कुठेकुठे प्रवेश करत आहे वगैरे वगैरे...

जसे, एखाद्या राजाच्या शासनकाळात त्याची प्रजा अन्नासाठी चोरी करत असेल, तर त्यासाठी राजाला सर्वस्वी दोषी मानले जायचे. याचा अर्थ, इथे कुणी चोर असेलच तर तो आहे राजा. कारण त्याच्या राज्यात जे काही घडत आहे, त्यासाठी तो स्वत:च जबाबदार आहे.

दैनंदिन जीवनात कित्येकांना अशी धूर्त माणसे भेटतात, जी एखाद्याकडून काही वस्तू अक्षरश: उचलतात, घेतात आणि वर सांगतात, 'ती गोष्ट तर आपण मला देणारच होता. म्हणून मी स्वत:च घेतली.' अशा लोकांना स्पष्टपणे सांगायला हवे, 'आम्ही ही गोष्ट तुम्हांला देणारच होतो. परंतु ती तुमच्यापर्यंत योग्य प्रकारे येऊ दिली असती, तर चांगले

झाले असते. कारण कोणतीही गोष्ट न मागता घेणे म्हणजे चोरी आहे.'

सूक्ष्म चोरी

कधीही चोरी करू नये, हे तर प्रत्येकालाच शिकवले जाते. परंतु चोरी करण्याचा विचारदेखील आपल्या मनात यायला नको. पुढील उदाहरणांवरून मनुष्याला चोरीचे विचार कसे येतात, ते समजून घेऊ या. यावरून आपल्या लक्षात येईल, प्रत्यक्षात ही शिकवण किती गहन आहे!

१. एका मनुष्याने आपल्या जीवनात कधीही चोरी केली नाही. एके दिवशी अचानक त्याला भरपूर पैसे दिसले, तरीदेखील त्याने चोरी केली नाही. याचे कारण काय असू शकते? कारण अमाप पैसा पाहून त्या मनुष्याच्या मनात विचार आला, की 'मला कुणी बघत तर नाही ना? मी कदाचित पकडला जाईन.' याचा अर्थ, त्या मनुष्याने प्रत्यक्षात चोरी केली नाही तरी त्याच्या मनात पैसे घेण्याचा विचार आला. पण, त्याचबरोबर पकडला जाण्याच्या भीतीने त्याने चोरी केली नाही. यातून लक्षात घ्या, की प्रत्येक घटनेमध्ये आपल्या मनात जे विचार निर्माण होतात, त्यातून आपण विचारांमध्ये चोरी न करण्याचे व्रत घेतले आहे किंवा नाही, ही बाब स्पष्ट होते.

२. एका श्रीमंत मनुष्यासमोर पैसे पडलेले असतात आणि तो म्हणतो, 'पाहा, मी किती प्रामाणिक आहे, समोर पैसे असूनही माझ्या मनात ते चोरण्याचा विचारदेखील आला नाही.' त्याने पैसे घेतले नाहीत ही चांगली गोष्ट आहे; परंतु ती खूप मोठी बाब नक्कीच नाही. कारण तो मुळातच श्रीमंत आहे. त्याच्याकडे पैशांची कमतरता नाही. परंतु एखाद्या गरीब मनुष्यासमोर पैसे पडले असतील आणि खूप गरज असूनही त्याच्या मनात पैसे चोरण्याचा विचारदेखील आला नाही, तर ती अत्यंत मोठी गोष्ट आहे. गरीब मनुष्याने पैसे न चोरणे, चोरीचा विचारही न करणे हेच दर्शवते, की भगवान महावीरांच्या तिसऱ्या व्रताचे तो नकळतपणे पालन करत आहे.

३. एखाद्या मनुष्याला शंभर रुपये मिळाले तर तो काय करेल? तो चौकशी करून ज्याचे पैसे असतील त्याला ते परत देईल. परंतु त्याला जर १,००० रुपये मिळाले तर तो काय करेल? १०,००० मिळाले तरीदेखील तो ती रक्कम परत करेल का? १०,००० रुपये परत करताना त्याने काचकूच केली तर त्याच्या मनात निश्चितच चोरीचा विचार आहे, असाच त्याचा अर्थ होईल.

अचौर्य व्रत मनुष्याला लोभापासून मुक्त करते. इतरांच्या संपत्तीवर नजर ठेवणारा मनुष्य स्वतःचे अमंगल करतो. म्हणूनच सांगितले आहे, की 'आपले लक्ष नेहमी इतरांच्या ज्ञानावर

ठेवा, इतरांच्या शरीरावर किंवा संपत्तीवर नको. चोरी करणारा इतरांची तपस्यादेखील भंग करतो. तसेच त्याला आपल्या ध्येयाचा विसर पडतो. तो सातत्याने भीतीच्या प्रभावाखाली असतो. 'माझी चोरी तर पकडली जाणार नाही ना...' अशी भीती त्याला नेहमी वाटत राहते.

लाच घेणे हीदेखील चोरीच

काही लोकांना पैशांचा खूप हव्यास असतो. एखाद्याने आमिष दाखवले किंवा लाच दिली तर ते ताबडतोब त्या मनुष्यासाठी अयोग्य वागण्यासाठी तयार होतात. लाच घेणे हीदेखील एक प्रकारची चोरीच आहे. संपत्ती, ऐश्वर्य किंवा अन्य बाबतीतही हेच सत्य आहे, की 'जे आपले असते ते आपल्याकडे येतेच. ते कुणीही अडवू शकत नाही.' आयुष्यातील महान सत्यांपैकी हे एक सत्य आहे. त्यामुळेच कधीही कोणत्याही गोष्टीची चोरी करू नये.

आर्थिक बाबतीत कित्येकदा अनेक लोकांना अडचणी येतात. अशा वेळी प्रार्थना करा, 'माझ्या जीवनात पैसे टेबलाच्या वरून यावेत, टेबलाखालून येऊ नयेत, अशी माझी इच्छा आहे.' अर्थात पैसे औपचारिकरीत्या यावेत, अनौपचारिकपणे येऊ नयेत. जसे, आपल्याला पाचशे रुपये मिळणार असतील, तर ते पैसे टेबलाखालूनही मिळू शकतात आणि वरूनही. आपल्याकडे ते पैसे कोणत्या प्रकारे यायला हवेत, हे आपल्या विचारांवर अवलंबून आहे. आपल्या मनात कमी वेळात जास्त पैसे मिळवण्याचे विचार असतील, तर टेबलाच्या खालून येणारी संपत्ती आपण सहजपणे स्वीकाराल. पण आपल्या मनात पैशांचा हव्यास नसेल, तर आपण टेबलाखालून पैसे घ्यायला ठाम नकार द्याल. शिवाय, मिळणारा पैसा योग्य मार्गानेच यायला हवा, या विचारावर ठाम राहाल. एखादा मनुष्य जेव्हा टेबलाखालून पैसे स्वीकारतो म्हणजेच बेकायदेशीर संपत्तीला होकार देतो, तेव्हा ते चोरीचे कर्म ठरते. अशा वेळी मन इतरांच्या अनौपचारिक कृत्यांचे दाखले देईल. तेव्हा तुम्ही निवडलेल्या औपचारिक मार्गावरच ठाम राहा. इतर लोकांसारखे अयोग्य वागायचे नाही, हे स्वतःला बजावून सांगा. तेव्हाच आपण मनावर विजय मिळवू शकाल.

कित्येकदा अनेक लोक ऑफिसमधून रबर, पेन्सिल किंवा इतर गोष्टी घरी घेऊन जातात. चोरी करण्याची वृत्ती नसणारा मनुष्यदेखील हे पाहून विचार करतो, 'सगळे जणच असे वागतात, तर मीदेखील लहानसहान वस्तू घरी नेल्या तर काय हरकत आहे.' पण लक्षात घ्या, कुणालाही न सांगता, न विचारता ऑफिसमधील टाचणीदेखील घरी घेऊन जाणे म्हणजे चोरीच आहे. असे लोभी विचार येताच आपण स्वतःला विचारायचे आहे, 'माझ्या जीवनाकडून मला नेमके काय हवे आहे? मला जे हवे आहे, त्यासंबंधीच मला विचार करायचा आहे. इतर लोक काहीही करू देत, मला जे हवे आहे त्यासाठी मी प्रार्थना करायला सुरुवात करेन. ज्यामुळे मीदेखील महावीर बनेन.'

कामचोरपणा

सुस्त, आळशी मनुष्य कामे टाळण्यासाठी वेगवेगळी कारणे देतो. आपली कारणे, बहाणे अत्यंत योग्य आहेत असे त्याला वाटते. परंतु अशा प्रकारे सबबी देणे हीदेखील कामामध्ये केलेली चोरी, कामचुकारपणा आहे. ही गोष्ट वडील आणि मुलगा यांच्यातील पुढील संवादातून अधिक स्पष्ट होईल.

वडील : बाळा, जरा लाइट तर बंद कर.
मुलगा : बाबा, डोळे बंद करा आणि लाइट बंद केली आहे असे समजा.

वडील : ठीक आहे... पण जरा बाहेर जाऊन पाऊस तर पडत नाहीये ना हे पाहून येशील?
मुलगा : बाबा, बाहेरून एक मांजर येऊन तुमच्या कॉटखाली बसले आहे. त्याला हात लावून पाहा. ते ओले असेल तर बाहेर पाऊस पडत आहे असे समजा.

वडील : अरे... कमीत कमी दरवाजा तर बंद कर.
मुलगा : सगळी कामे मी एकट्यानेच करायची का? थोडीफार तुम्हीदेखील करा ना!

वडिलांनी सांगितलेले प्रत्येक काम तो मुलगा कसा टाळत आहे, हे या संवादावरून लक्षात आलेच असेल. हा मुलगा काम न करण्याची चोरी म्हणजेच कामचुकारपणा करतोय हे त्याला समजत नाही.

कामचुकारपणाच्या अशा कित्येक पद्धती आहेत. जसे, एखादे काम दुसऱ्यांनी पूर्ण करूनही त्याचे श्रेय आपण घेतो; हीदेखील कामात केलेली चोरीच आहे. केवळ प्रशंसा मिळवण्यासाठी मनुष्य कित्येकदा कामाचे श्रेय स्वत: घेऊन चोरी करतो.

जसे, आपण एखाद्याला सांगितले, 'अगदी सहज झाले हे काम. मलादेखील माहीत नव्हते, मला तसा विचार येईल आणि मी ते करेन. इंटरव्ह्यूला गेलो... चांगले बोललो आणि बस्... मिळाली नोकरी! यामध्ये माझे कोणतेही श्रेय नाही.' हे ऐकून लोक आपले कधीही कौतुक करणार नाहीत. त्यामुळेच सत्य बोलण्यासाठी लोक कचरतात. प्रशंसा मिळवण्यासाठी मनुष्य तिखटमीठ लावून गोष्टी सांगत राहतो... आणि मग लोक आश्चर्य व्यक्त करतात, 'अरे वा! कसे काय केलेस तू हे...! तू तर खूपच हुशार आहेस...!' हे ऐकून श्रेय घेण्याची भावना त्याच्यामध्ये अत्यंत तीव्र होते. इतकी, की प्रशंसा मिळवण्यासाठी तो केविलवाणी धडपड करतो. कुणी त्याच्या लक्षात आणून दिले नाही, त्याविषयी त्याला

स्पष्टपणे सांगितले नाही, तर प्रत्येक गोष्ट तिखटमीठ लावून सांगणे म्हणजे एक प्रकारची चोरीच आहे, हे त्याच्या लक्षातही येणार नाही. या गोष्टी अत्यंत सूक्ष्म स्तरावर होत असल्याने त्या सहजासहजी लक्षात येत नाहीत.

वास्तविक चोरी न करण्याचा विचारही साधा, सोपा नक्कीच नाही. या विचाराची खोली, गहनता समजून घेण्यासाठी कोणकोणत्या कृत्यांना चोरी म्हणतात हे समजून घ्यावे लागेल. हे पूर्णतः समजून घेतल्यानंतर आपणही म्हणाल, 'हे खरोखरच महावीर बनण्याचे कार्य आहे.'

❑❑❑

१९

ब्रह्मचर्याचे पालन करणे

भगवान महावीरांचे चौथे व्रत

भगवान महावीरांनी चौथ्या व्रतात मनुष्याने ब्रह्मचर्याचे पालन करावे, म्हणजेच ब्रह्म विहार करावा असे सांगितले आहे. नेमक्या शब्दांत सांगायचे झाले तर, आपल्याला जे काही मिळाले आहे त्यामध्ये ब्रह्माचे (ईश्वराचे) दर्शन घ्यायचे आहे. जसे, ज्ञानप्राप्तीनंतर 'अहं ब्रह्मास्मी' असा उद्गार लोकांच्या मुखावाटे बाहेर पडतो.

भगवान महावीरांनी स्वतः ब्रह्मचर्याचे पालन केले. ही अत्यंत अवघड गोष्ट वाटते. राजाने किंवा राजपरिवाराशी संबंधित मनुष्याने ब्रह्मचर्याचे पालन करणे ही अत्यंत कठीण बाब आहे. कारण तो काळ आताच्या काळापेक्षा भिन्न होता. त्या काळातील राजघराण्यांची परिस्थिती खूप वेगळी होती.

आजच्या काळात एक पत्नी जिवंत असताना दुसरे लग्न करणे हा कायदेशीर गुन्हा मानला जातो. परंतु त्या काळात राजघराण्यांसाठी अशी कोणतीही बंधने नव्हती. एका राजाच्या अनेक राण्या असल्याचे उल्लेख इतिहासात आहेत. त्या काळी एकापेक्षा जास्त लग्नं करण्याची जणू काही सामाजिक सूट, परंपराच होती. शिवाय राजांना वैयक्तिकरीत्या कुटुंबाचा खर्च उचलण्याची चिंताही नव्हती. आजच्या काळात एक लग्न आणि त्यातून जन्माला येणाऱ्या मुलांची जबाबदारी पूर्ण करण्यातच मनुष्याचे आयुष्य संपून जाते. त्या काळातील राजांकडे आर्थिक सुबत्ता आणि अमाप मनुष्यबळ होते. त्यामुळे कोणत्याही

भौतिक समस्या त्यांना सतावत नसत.

अशा परिस्थितीतही ब्रह्मचर्यासारखे तप करण्यासाठी आवश्यक असणारी आंतरिक शक्ती आणि तीक्ष्ण, स्पष्ट मन महावीरांकडे होते. म्हणूनच तर 'महावीर'चा अर्थ आहे, मनावर विजय प्राप्त करणारा. त्या काळी भगवान महावीरांबरोबर असणाऱ्या लोकांना श्रमण आणि श्रावक असे म्हटले गेले. श्रमण म्हणजे ज्यांनी एका पैलूवर काम सुरू केले आणि महावीरांबरोबर संन्यासी बनले; तर श्रावक म्हणजे सांसारिक, गृहस्थ जीवन जगणारी माणसे. गृहस्थ पुरुषांना श्रावक आणि गृहस्थ महिलांना श्राविका म्हटले आहे. यांनी 'महावीर वाणी'चे श्रवण करून, काही व्रतांचे पालन करावे असा नियम त्यांना आखून दिला होता. गृहस्थांनी ब्रह्मचर्याचे पालन करावे म्हणजे, मनुष्याने केवळ एकाच पत्नीसोबत राहावे आणि महिलेने केवळ एकाच पतीबरोबर.

या समजेनुसार ब्रह्मचर्याचे महत्त्व विशेष आहे. हे व्रत घेतलेल्या मनुष्याची दृष्टी आणि सर्व इंद्रिये त्याची मदत करतात. व्रत घेतले नसेल तर हीच इंद्रिये त्याला भरकटवतात. हे व्रत घेतले; परंतु समज नसेल, तर तो व्रताचे पालन करू शकणार नाही. यासाठी सम्यक समजेची आवश्यकता आहे. त्यामुळे लोकांबरोबर किंवा एखाद्या गोष्टीबाबत कसे वागावे हे समजते.

लोक तीर्थयात्रा म्हणून गंगा नदीच्या दर्शनाला जातात. गंगेचे पवित्र पाणी तीर्थ म्हणून बरोबर घेऊन येतात. आता प्रश्न हा आहे, की घरी आल्यानंतर त्या पाण्याचा वापर कसा केला जाईल? ते सिंकमध्ये ओतले जाईल का? हात धुण्यासाठी किंवा अन्य गोष्टींसाठी ते पाणी वापरले जाईल का? नाही. साधारणतः असे काहीही होणार नाही. कारण वर्षानुवर्षे गंगा नदीच्या पाण्याला पवित्र मानले गेले आहे. त्यामुळेच छोट्याशा गडूतील पाणी म्हणजेच गंगा नदी आहे असे समजून ते पावित्र्य जपले जाईल.

ब्रह्मचर्य आचरण याचा अर्थ आहे, सर्वांमध्ये ब्रह्माचे (ईश्वराचे) दर्शन घेणे. इतरांशी आपली वर्तणूक नेहमीच चांगली असायला हवी. ब्रह्मचर्य आचरणासंबंधी आपल्याला ज्ञान नसेल तर इतरांशी आपण चुकीचे वागाल. जसे, लोट्यामध्ये गंगेचे पाणी आहे हे एखाद्याला माहीत नसेल तर साधारण पाणी समजून तो ते पाणी हात धुण्यासाठी उपयोगात आणेल.

मनुष्यदेखील गंगाजलाने भरलेल्या त्या लोट्याप्रमाणेच आहे. त्याच्या आतही गंगा म्हणजेच शुद्ध चैतन्य आहे. परंतु त्या चैतन्याची ओळख, जाणीव नसल्याने लोक एकमेकांशी अयोग्य वागतात. चैतन्याला अन्य नावांनीही संबोधले जाते. जसे, ईश्वर, सेल्फ, स्वानुभव, साक्षी, परमात्मा इत्यादी. प्रत्येक मनुष्यात ईश्वराचेच दर्शन घेण्याची कला शिकल्यानंतर आपण सर्वांशीच विनम्रपणे वागाल. त्या वेळी आपण कुणाशीही अयोग्य व्यवहार (हिंसा) करणार नाही.

ज्या समजेसह मनुष्य पवित्र गंगाजलाचा वापर करतो, त्याच समजेने त्याने प्रत्येकासोबत वागायला हवे. यालाच ब्रह्मचर्याचे पालन करणे असे म्हणतात. भगवान महावीरांनी सांगितलेल्या या व्रताचे पालन करू लागल्यानंतर हळूहळू मनुष्याच्या जीवनात अहिंसेचे गांभीर्य, गहनता येऊ लागेल.

❑❑❑

२०

अतिरिक्त संचय न करणे

भगवान महावीरांचे पाचवे व्रत

अतिरिक्त संचय न करणे, या व्रतामध्ये साधकाने आवश्यक तितक्याच वस्तू आपल्याजवळ ठेवून उरलेल्या सर्व अनावश्यक वस्तूंचा त्याग करावा असे सांगितले आहे. अतिरिक्त म्हणजे आवश्यकतेपेक्षा जास्त आणि संचय म्हणजे जमा करणे. भगवान महावीरांनी यासंबंधी दिलेला संदेश असा होता. 'अतिरिक्त संचय करू नका. आवश्यक असेल तितकेच जवळ ठेवा. गरजेपेक्षा जास्त जमा करण्यापासून दूर राहा.' यासाठी त्यांनी दिलेला शब्द होता, 'अपरिग्रह'. भगवान महावीरांनी सांगितले, 'अपरिग्रहाचे व्रत सगळ्यांनी घ्यायला हवे. यामुळे समाजात सगळ्यांकडे सर्व काही समान प्रमाणात असेल.' अशा व्रतांमुळे बरोबरीची म्हणजेच समानतेची तसेच सम-भावना निर्माण होईल.

साधारणतः वस्तू जमा करणे हा मानवी स्वभाव आहे. भलेही आवश्यकता नसली तरीही वस्तूंचा संचय केला जातोच. कधी व्यावसायिक गरज म्हणून, तर कधी स्वतःचे श्रेष्ठत्व सिद्ध करण्यासाठी. कधी स्वार्थापोटी आणि कधी आपले वर्चस्व गाजवण्यासाठी मनुष्य असे वागतो. या सर्व बाबींचे स्वतःमध्ये दर्शन घेत आपणही अपरिग्रहाचे व्रत घ्यायचे आहे. या व्रतामुळे अतिरिक्त संचय करण्याची प्रवृत्ती दूर होईल आणि संपूर्ण समाजात सगळ्यांना सर्व काही समान पातळीवर मिळण्यासाठी आपला हातभार लागेल. समाजामध्ये सर्वत्र असमानता दिसते. एखाद्याकडे जास्त तर एखाद्याकडे कमी असे चित्र दिसते. त्यामुळे

हिंसाही भरपूर फोफावली आहे. पण जेव्हा सर्वांना सर्व काही समान पातळीवर मिळू लागेल, तेव्हा हिंसा आपोआपच कमी होईल.

जैन साधू हे केवळ एका वस्त्रावर आणि एक पात्र, भांडं यांसह राहतात हे आपण पाहिले असेल. काही साधू वस्त्रही परिधान करत नाहीत आणि सोबत पात्रही ठेवत नाहीत. हातात अन्न घेऊनच ते भोजन करतात. काही साधू केवळ दोन वस्त्रे आणि एक पात्र आपल्याजवळ ठेवतात; तर काही साधूंकडे तीन वस्त्रे आणि खाण्याचे एक पात्र असते. काही साधू तर उन्हाळ्यात निर्वस्त्र राहतात आणि फक्त हिवाळ्यातच वस्त्र परिधान करतात.

अशा संकल्पांची आणि व्रतांची गहनता समजल्यानंतरच आपण छोट्या-छोट्या व्रतांनी आणि संकल्पांनी सुरुवात करण्याचा दृढ निश्चय करू शकाल. छोटे संकल्प पूर्ण केल्यानंतर मिळणाऱ्या आत्मविश्वासामुळे मोठे संकल्पही हाती घेऊ शकाल. प्रत्येकानेच आपल्या आयुष्यात कधी ना कधी अशा गोष्टींना प्रारंभ करायला हवाच.

महावीर दोन वर्षे महालात राहिले, तरीही ते संन्यासी जीवनच जगले आणि साधना करता-करताच त्यांनी सगळी कार्ये केली. आयुष्यातील सुरुवातीची ३० वर्षे ते संसारी जीवनात राहिले. नंतर ३० वर्षे त्यांनी सत्याचा प्रसार केला. शिवाय साधारणपणे १२ वर्षे तपही केले. अशा प्रकारे त्यांच्या शरीराचे संपूर्ण आयुर्मान ७२ वर्षांचे होते.

लौकिकार्थाने जीवन जगत असूनही आपण कोणकोणत्या व्रतांचे पालन करायला हवे, कोणत्या सवयी आपल्यामध्ये विकसित करायला हव्यात, याची प्रेरणा भगवान महावीरांच्या जीवनातून मिळते. जसे, दररोज ठरलेल्या वेळी विश्व शांती प्रार्थना करणे, लोकांची क्षमा मागणे आणि आपले मन मोठे करून इतरांना क्षमा करणे अशा सवयी सर्वांनीच लावून घ्यायला हव्यात. या छोट्या-छोट्या सवयींचा संपूर्ण विश्वावर आणि आपल्यावर कोणता परिणाम घडत आहे, हे कित्येकदा आपल्याला समजतही नाही. परंतु अशा सकारात्मक सवयीच आपल्याला जीवनात पुढे चालण्यासाठी प्रेरित करतात.

❑❑❑

खंड ३

भगवान महावीरांची शिकवण

२१

भगवान महावीरांचा क्रांतिकारी दृष्टिकोण

अनेकांत दृष्टी

अहिंसेचा अर्थ खूप व्यापक आहे. 'अहिंसा म्हणजे अहिंसारूपी अनेकांत दृष्टी.' लोकांमध्ये असणारा दुराग्रह तोडण्यासाठी भगवान महावीरांनी सांगितले, 'आपण जे काही पाहता, त्यावर लगेच तुमचे स्वत:चे मत, बिरुद लादू नका. त्या घटनेकडे अनेकांत दृष्टीने पाहा.'

स्याद वाद

भगवान महावीर अनेकांत दृष्टीसंबंधी शब्दांमध्ये स्पष्टीकरण देत असत. त्या वेळी जर कुणी प्रश्न विचारला तर त्याला 'स्याद वाद' म्हणत. स्याद वाद म्हणजे वादविवाद नाही. वादविवादाला समाप्त करण्यासाठी त्यांनी 'स्याद वादा'चा विचार दिला. याला अनेकांत दृष्टीचे कृतिशील (प्रॅक्टिकल) रूप म्हणता येईल.

भगवान महावीरांनी आपल्या उपदेशांत 'अनेकांत दृष्टी'चा प्रसार केला. अनेकांत दृष्टी म्हणजे एखाद्या गोष्टीकडे, घटनेकडे एकाच बाजूने न बघता विविधांगांनी पाहणे आणि मग त्यातून त्यासंबंधीची सतत्या जाणून घेणे. जसे, भगवान महावीरांना विचारले, 'अधिक झोपणे चांगले आहे की वाईट?' तेव्हा त्यांनी, 'कमी झोपणे चांगले आणि जास्त झोपणे वाईट' असे उत्तर दिले नव्हते; तर ते नेहमीच प्रत्येक दिशेने (अनेकांत वाद) म्हणजेच सर्वांगाने विचार करून उत्तर द्यायचे. जसे, त्यांचे उत्तर होते, 'चांगला मनुष्य जास्त जागत

असेल तर हे चांगले आहे. पण वाईट मनुष्य जास्त जागत असेल तर तेही वाईट आहे.'

याचा अर्थ, 'वाईट मनुष्य जितका जास्त झोपेल तितका तो पापकर्मांपासून अधिकाधिक दूर राहील. तो झोपल्यामुळे समाजात शांतता नांदेल. याउलट चांगला मनुष्य जितका जास्त वेळ जागा असेल, तितकाच तो समाजासाठी चांगले कार्य करेल आणि समाजात आनंदच पसरवेल.'

या उदाहरणावरून लक्षात येईल, की एखादा विषय समजून घेण्यासाठी एकच दृष्टिकोण पुरेसा नसतो. त्याकडे आपण वेगवेगळ्या संदर्भातून पाहिल्यानंतरच त्यातील संपूर्ण वास्तव समोर येते. जसे, जमिनीवर इंग्लिशमध्ये लिहिलेला 9 हा आकडा समोरून पाहणाऱ्याला 6 सारखा दिसतो. कारण तो त्या आकड्याकडे वेगळ्या बाजूने पाहात आहे.

भगवान महावीरांना एकदा विचारले गेले, 'जंगलात ध्यान करून मोक्ष मिळतो, की घरामध्ये ध्यान केल्याने मोक्षप्राप्ती घडते?' या प्रश्नाला महावीरांनी दिलेले उत्तर अनेकांतवादाचे दर्शन घडवते. भगवान महावीरांनी सांगितले,

१. न जंगलात ध्यान केल्याने मोक्ष मिळतो, न घरात ध्यान केल्याने.
२. जंगलात ध्यान केल्यानेही मोक्ष मिळतो आणि घरात ध्यान केल्यानेही मोक्ष मिळतो.
३. जंगलात ध्यान केल्याने मोक्ष मिळतो, घरात ध्यान केल्याने मोक्ष मिळत नाही.
४. घरात ध्यान केल्यामुळे मोक्ष मिळतो, जंगलात ध्यान केल्याने मोक्ष मिळत नाही.

अशा प्रकारे सर्व उत्तरे दिल्यानंतर महावीरांनी शंका-समाधानदेखील केले. तेव्हा लोकांना त्यांच्या उत्तरांचा गर्भितार्थ समजला. भगवान महावीरांनी समजावले, 'वनामध्ये किंवा घरामध्ये ध्यान करताना जर शरीर आणि आत्मा (स्वानुभव) यांच्यात मनुष्य फरक करू शकला नाही तर मोक्ष कुठेही मिळणार नाही. शरीर आणि आत्मा हे वेगवेगळे आहेत हा विवेक मनुष्याला जेव्हा घरातच जागृत करता येतो, तेव्हा घरी केलेली तपस्यादेखील फलद्रूप होते. जंगलामध्ये एकांतात केलेल्या ध्यानाचादेखील हाच उद्देश असतो. ज्या मनुष्याला शरीर आणि आत्मा यांना पृथक (वेगळे) करता येते, तो कुठेही राहिला तरीही मोक्षाचीच यात्रा करतो.'

भगवान महावीरांनी एकाच प्रश्नाची वैविध्यपूर्ण उत्तरे दिली. ही उत्तरे अनेकांत दृष्टीतून दिलेली आहेत हे लक्षात येते. वादविवाद समाप्त करण्यासाठी हा दृष्टिकोण योग्य आणि खरा आहे.

समजा, एखादा मनुष्य वाईट आहे असा विचार आपल्या मनात आला, तर या विचाराकडे 'अनेकांत दृष्टीमधून' पाहा. तेव्हा आपल्या लक्षात येईल, की 'तो वाईट आहे

हेदेखील खरे आहे... तो चांगला आहे, हेदेखील खरे आहे... तो वाईटही नाही आणि चांगलादेखील नाही, हेदेखील खरे आहे... काही लोकांसाठी तो चांगले काम करतो... तो चांगलादेखील आहे, वाईटदेखील आहे... याचाच अर्थ, तो वाईटही नाही आणि चांगलादेखील नाही...' ही झाली अनेकांत दृष्टी.

अनेकांत दृष्टी असल्यावर आपल्या अंतर्यामी वादविवाद होणार नाहीत. मग एखाद्याबद्दल तक्रार करताना कुणी म्हटले, की 'तो असा आहे' तर आपण म्हणाल, 'या दृष्टिकोणातून हेदेखील योग्य आहे आणि त्या दृष्टिकोणातून तेदेखील योग्य आहे.' अनेकांत दृष्टीमुळे सर्वप्रथम धार्मिक वाद समाप्त होतील. कारण लोक आजही धर्माच्या बाबतीत स्वतःलाच योग्य मानतात आणि इतरांचे दोष काढतात. अनेकांत दृष्टी लाभल्यानंतर असे घडणार नाही. कारण तेव्हा इतरांच्या दृष्टिकोणाचीदेखील समज असेल.

खरे तर परमात्मा म्हणजे काय हे पूर्णतः सांगता येत नाही. परंतु लोक त्याविषयी छातीठोकपणे सांगतात. शिवाय, 'आम्हीच योग्य आहोत. आमचाच तर्क हा सर्वोच्च सिद्धान्त आहे' अशी पुष्टीही जोडतात. परंतु अनेकांत दृष्टीची जाण असणारे म्हणतात, 'एवढे सगळे सांगूनही अस्सल गोष्ट सांगितलीच नाही.'

सत्य जाणण्यासाठी मनुष्याला शारीरिक आणि मानसिक दृष्टीची आवश्यकता असते. भगवान महावीरांच्या कथेतून ही गोष्ट समजून घेता येईल.

एका गावात पाच अंध व्यक्ती राहत होत्या. एके दिवशी ते पाचही जण गावातील सरपंचाकडे गेले. त्यांना म्हणाले, 'आम्ही हत्तीबद्दल खूप ऐकले आहे. मात्र आता हत्तीला स्पर्श करून तो कसा असतो, हे जाणून घेण्याची इच्छा आहे.'

त्या पाचही अंध माणसांची इच्छा पूर्ण करण्यासाठी सरपंच त्यांना एका हत्तीजवळ घेऊन गेले. त्या पाचही अंधांनी हातांनी चाचपडत हत्ती कसा असतो हे समजून घेतले. एका अंध मनुष्याने हत्तीच्या पायाला हात लावला आणि म्हणाला, 'हत्ती खांबासारखा असतो.' तर दुसऱ्याने हत्तीचे शेपूट हातात धरले. तो म्हणाला, 'नाही... हत्ती तर एखाद्या दोरासारखा असतो.' यावर तिसऱ्याचे म्हणणे होते, 'अरे तुम्ही दोघेही चुकीचे सांगत आहात. हत्ती तर लांबलचक झाडाच्या लाकडासारखा (कुंदाप्रमाणे) असतो.' कारण त्या मनुष्याच्या हातात हत्तीची सोंड होती. चौथ्याने हत्तीचे कान पकडले आणि म्हणाला, 'छे! हत्ती तर केळ्यांच्या मोठ्या पानांप्रमाणे असतो.' पाचव्या अंध मनुष्याने हत्तीचे मोठे, तीक्ष्ण दात हातात धरले होते. त्यामुळे त्याला हत्ती 'तलवारीसारखा (शस्त्रासारखा)' भासला.

या उदाहरणामध्ये प्रत्येक अंध व्यक्तीने हत्तीला आपल्या समजेनुसारच बघितले. अशाच प्रकारे मनुष्यदेखील आपापल्या चौकटीतूनच, आखून घेतलेल्या वर्तुळातूनच घटनांकडे, जगाकडे पाहतो. त्यामुळेच त्याला सत्याची ओळख होत नाही. कारण सत्य हे नेहमीच कल्पनेच्या पलीकडे असते.

भगवान महावीरांनी कोणत्याही पैलूकडे सात प्रकारांनी लोकांना पाहायला शिकवले. आपण कोणत्याही वस्तूकडे एका दिशेने पाहता, तेव्हा तिची मागची बाजू दिसत नाही. याचाच अर्थ, आपण जे काही पाहता ते आंशिक सत्यच असते. जसे, हिमनग समुद्रावर तरंगतात. त्यांचा केवळ १० टक्के भागच पाण्याच्या पृष्ठभागावर दिसतो; तर उरलेला ९० टक्के हिस्सा हा पाण्याखाली असतो. वरून पाहताना बर्फाचा तो एकच तुकडा असल्याचे भासते. परंतु बर्फाच्या त्या तुकड्याखाली, पाण्याच्या आत विशालकाय पर्वत असतो. समजा, त्या पर्वताला एखादे जहाज धडकले तर ते नक्कीच बुडूही शकते.

अशाच प्रकारे आपण इतरांशी वागतो, त्या वेळी समोरच्या मनुष्याच्या आत काय आहे आणि किती मोठा भाग आतमध्येच दडलेला आहे हे आपल्याला ठाऊक नसते. तेव्हा, स्वतःला सातत्याने या गोष्टीची जाणीव करून द्या, की 'समोरच्या मनुष्याला मी जितके ओळखतो, जितकी माहिती मला त्याच्याविषयी आहे, खरे तर तसे नाही. कदाचित तो आतून अगदीच वेगळा असू शकेल. म्हणून सर्वांकडे अनेकांत दृष्टीने बघणे आवश्यक आहे.'

तेव्हा, कोणताही अहंकार न बाळगता सर्वांशी संवाद साधणे ही सर्वात योग्य पद्धत आहे. यामुळे आपल्या ज्ञानात भर पडेल. परस्पर नात्यांत लोक एकमेकांशी कपटमुक्त राहायला शिकले, तर ते एकमेकांना चांगल्या प्रकारे समजून घेऊ शकतील. यामुळे त्यांचे आपापसांतील वादविवाददेखील कमी होतील. अन्यथा समोरच्या मनुष्याची छोटीशी गोष्ट पाहून पाहणारा त्याच्याविषयी मत बनवतो, त्याच्यावर आरोप करतो. प्रत्यक्षात तो मनुष्य आतून कसा आहे हे त्याला ठाऊकही नसते. कदाचित तो मनुष्य आतून पूर्णतः वेगळा असेल. म्हणूनच सर्वांनी अनेकांत दृष्टिकोणातून पाहण्याची आवश्यकता आहे. हे एका उदाहरणाद्वारे समजून घ्या.

गणित विषय शिकवणारे दोन प्राध्यापक होते. काही विद्यार्थी त्यांच्याकडे एक प्रश्न घेऊन गेले. पहिल्या प्राध्यापकांनी प्रश्न कसा सोडवायचा याची पद्धत विद्यार्थ्यांना ताबडतोब सांगितली. इतकेच नाही, तर त्या प्रश्नाचे उत्तरही त्यांना दिले. प्राध्यापकांच्या हुशारीवर विद्यार्थी खूश झाले.

नंतर ते दुसऱ्या प्राध्यापकाकडे गेले. त्यांनी एक मिनिट विचार केला आणि त्यानंतर मुलांना गणित सोडवण्याची पद्धत व त्याचे उत्तर सांगितले.

त्यांनी सांगायला थोडा वेळ घेतल्यामुळे मुलांना दुसरे प्राध्यापक जरा कमी हुशार वाटले. आपल्या समाधानासाठी मुलांनी त्यांना विचारले, 'सर, या गणिताचे उत्तर आपण एका मिनिटानंतर का दिले? आपण तर इतके हुशार आहात, तरीदेखील थोडासा वेळ आपण घेतलाच.' यावर प्राध्यापकांनी सांगितले, 'हा प्रश्न सोडवण्याच्या सहा पद्धती आहेत. त्यातील कोणती मेथड बेस्ट ठरेल याचा विचार मी करत होतो. तो विचार करण्यासाठी मला एक मिनिट लागला.' हे ऐकून मुलांच्या लक्षात आले, की एकच गोष्ट सहा पद्धतींनी सांगता येते. तसेच प्राध्यापकाविषयी असणारे त्यांचे मतही पूर्णपणे चुकीचे असल्याची जाणीव त्यांना झाली.

अनेकांतवादातून भगवान महावीरांनी पूर्ण सत्य पाहण्याची कला शिकवली. अनेकांतवादाचा दृष्टिकोण स्वीकारूनच आपण सर्व धर्मांचा आदर करायला शिकायला हवे. अन्यथा आपली जात, आपला धर्म, आपला देश आणि आपली धारणा हेच प्रत्येकाला योग्य वाटते. अनेकांतवादामुळे बुद्धीची लवचीकता वाढते, विवेक जागृत होतो, त्याचबरोबर समाजामध्ये बंधुत्वाची भावना वाढीस लागते आणि हिंसाचार होत नाही.

केवळ जागा बदलल्यामुळेच दृष्टिकोण आणि अवस्थेमध्ये फरक पडतो. जसे, दुकानाबाहेर उभा असणारा मनुष्य ग्राहक म्हणून संबोधला जातो आणि दुकानाच्या आत असणारा दुकानदार. तोच मनुष्य घरात पती किंवा मुलगा असतो, तर कामावर तो मजूर किंवा मालक बनतो. थोडक्यात, एखाद्या मनुष्याला जाणून घेताना एकच दृष्टिकोण पुरेसा नसतो. अखिल विश्वाला सत्याचा उलगडा होण्यासाठी भगवान महावीरांचा हा अनेकांतवाद साहाय्यक ठरला आहे.

❑❑❑

२२

जगा, जगू द्या

तीन शब्दांचे वाक्य

तीन शब्दांच्या वाक्यामध्ये भगवान महावीरांनी अत्यंत गहन संदेश दिला आहे. तो म्हणजे, 'जगा, जगू द्या.' भगवान महावीरांचे हे वचन आणि त्याचा अर्थ माहीत असल्याचा दावा अनेक जण करतील. शिवाय, त्यानुसार वागत असल्याचेही ते सांगतील. असे असूनही या पंक्तीतील गहन अर्थ योग्य तऱ्हेने समजून घ्यायला हवा.

जवळपास अडीच हजार वर्षांपूर्वी सांगितलेल्या, 'जगा, जगू द्या' या पंक्तीचा खरा अर्थ लोकांना माहीत नाही. त्यामुळे लोकांनी अशा प्रकारच्या गोष्टींचा प्रचार केला, की 'भगवान महावीरांनी हिंसा, हत्या करू नका, अहिंसेनेच वागत राहा असे सांगितले आहे.' परंतु ही तर वरवरची समज आहे. या उपदेशातील गांभीर्य, त्याचा गाभा समजून न घेता लोकांनी त्याचा आजच्या काळात अत्यंत सुलभ अर्थ लावला आहे. त्याला आवश्यकतेपेक्षा अतिसामान्य रूप दिले आहे. त्यांच्या समजेनुसार या उपदेशाचा अर्थ एवढाच आहे, 'आपण इतरांच्या जीवनात ढवळाढवळ करायची नाही.' या तत्त्वाचे पालन केले म्हणजे आपण महावीरांच्या उपदेशाचे अनुकरण केले असे त्यांना वाटते. खरे तर हा या उपदेशाचा अत्यंत मर्यादित, निम्न असा अर्थ आहे. पण हा मर्यादित अर्थ जरी लोकांनी आपल्या आयुष्यात पूर्णतः उतरवला, त्याचे सर्वार्थाने अनुकरण केले तरी विश्वात सुरू असलेली सगळी युद्धे बंद होतील.

'जगा, जगू द्या' या उपदेशाचा खोलवर अर्थ आपल्याला समजून घ्यायचा आहे? मग त्यासाठी आपण खरोखरच जीवन जगता आहात का, हे माहीत करून घ्यायला हवे. कित्येकांना मृत्यूच्या वेळी ते जीवन जगत असल्याचे समजते. अन्यथा ते जिवंत होते हे त्यांच्या लक्षातही आले नसते.

'जीव' हा शब्द सेल्फसाठी वापरला आहे. परंतु आज जेव्हा आपण 'जीव' हा शब्द ऐकतो, तेव्हा आपल्याला जीव-जंतू यांसारखे शब्द आठवतात. कारण या शब्दाकडे आपण जीव-विज्ञान यासारख्या चुकीच्या संदर्भातून पाहत असतो. परंतु महावीर सांगतात, 'जीव म्हणजे जिवंत बाब.' जीवच यात्रा करतो, तोच पुढे जातो. इथे हेदेखील समजून घ्यायला हवे, की मनुष्याचे शरीर अ-जीव आहे. प्रत्यक्षात जी बाब शरीर चालवते, त्यालाच जीव म्हटले आहे. शरीर स्वतः जीवित नाही, ही गोष्ट जेव्हा लक्षात येईल तेव्हा 'जगा आणि जगू द्या'सारख्या वाक्यांची गहनता लक्षात येईल. अन्यथा लोकांना अशा संदेशांचे वरवरचे अर्थच समजतात आणि त्यानुसारच ते अंदाज लावतात.

'जगा आणि जगू द्या'चा व्यापक अर्थ आहे, 'जीवन कसे जगावे हे आपल्याकडे पाहून लोकांना समजावे.' प्रत्यक्षात आताच्या काळात लोकांचे जीवन प्रेरणादायक, स्फूर्तिदायक राहिलेले नाही. आपल्या जगण्यामधून आपण इतरांसमोर कोणता आदर्श ठेवत आहोत, याची जाणीवही लोकांना नाही. त्यांना तर हेच वाटते, की 'आम्ही उत्तम जगत आहोत', प्रत्यक्षात ते लोकांना जगण्यापासून परावृत्त करत असतात. हीदेखील अज्ञानामुळे घडणारी एक प्रकारची हिंसाच आहे. अज्ञानामध्ये मनुष्य प्रेमाच्या नावाखाली हिंसा करतो. आपण काय करत आहोत हेदेखील अशा वेळी त्याला समजत नाही. त्याचे प्रकार वेगवेगळे असतीलही; तरीदेखील ती एक प्रकारची हिंसाच आहे.

लग्न झालेल्या जोडप्यांमध्ये ही प्रवृत्ती दिसून येते. जिथे एखादा पती आपल्या पत्नीसाठी किंवा पत्नी आपल्या पतीकरिता वारंवार काही गोष्टी करते, ज्या समोरच्याला अजिबात आवडत नाहीत. परंतु 'साथीदारावर असणाऱ्या प्रेमापोटीच आम्ही हे करतो' असा त्यांचा तर्क असतो. जसे, पतीला न आवडणारी भाजीच पत्नीला खूप आवडते. अशा वेळी पत्नी वारंवार तीच भाजी करते. मग पतीला ती नाइलाजाने खावीच लागते. 'ती भाजी आरोग्यासाठी खूप चांगली आहे' असा पत्नीचा यामागचा तर्क असतो. अशा प्रकारे समोरच्याला त्याच्या मनाप्रमाणे जगू न देणारा मनुष्य हादेखील एक प्रकारे हिंसाच करत असतो. 'जगा आणि जगू द्या'सारख्या उपदेशांचे अनुकरण करण्यासाठी मनुष्याने स्वतः जीवन बनून जगायला हवे.

'जगा' या शब्दाचा अर्थ

'जगा' या शब्दाचा अर्थ आहे – आपण कुठे जगत आहोत? वर्तमानात जगत आहोत, की भूतकाळातील आठवणींमध्ये जगत आहोत? कोणत्या काळात, कोणत्या स्मृतींमध्ये जगत आहोत? भविष्याच्या कोणत्या कल्पनेमध्ये जगत आहोत?

लहानपणापासून घडलेल्या अनंत गोष्टींचे ठसे आपल्या आयुष्यावर उमटलेले असतात. आपण आजही त्याच गोष्टींना धरून ठेवले आहे का? 'माझ्या आयुष्यात असे का घडले? माझ्याकडून ही चूक झालीच कशी?' असा विचार करून जुन्या घटनांना आजही जिवंत ठेवण्याचा प्रयत्न करत आहात का? कारण अधिकाधिक लोकांना भूतकाळात किंवा भविष्यातील कल्पनांमध्ये जगण्याची सवय असते. पण महावीरांच्या 'जगा' या शब्दाचा खोलवर अर्थ लक्षात घेऊन आता आपल्याला वर्तमानात जगायचे आहे, आपल्याला वर्धमान बनायचे आहे. कारण आपण वर्धमान बनल्यानंतरच महावीर बनू शकाल.

'जगू द्या'चा अर्थ

'जगू द्या'चा अर्थ आहे संतोष, तेज आनंद, देणे-वाटणे. तेज आनंद म्हणजे सुख आणि दु:ख यांच्या पलीकडचा आनंद. ज्याच्याकडे हा आनंद आहे, तोच इतरांना जगू देतो. दु:खी मनुष्य इतरांना जगू देत नाही. त्याच्यात तिरस्कार, क्रोध, संताप इतका ठासून भरलेला असतो, की या वृत्ती तो इतरांवर लादण्याचा प्रयत्न करतो. आपल्या वागण्यामुळे इतरांच्या जगण्यात तो किती विघ्न आणत आहे, याची त्यालाच कल्पना नसते. कारण त्यालाच आनंद म्हणजे काय हे ठाऊक नसते.

आनंदात असणारा, आनंद जाणणाराच इतरांना जगण्याची मुभा देतो, संधी देतो. योग्य जगणे म्हणजे मनुष्य बुद्धीमध्येही (मेमरीमध्ये) जगत नाहीत आणि कल्पनेतही जगत नाही. केवळ सत्यात जगतात आणि सत्य म्हणजेच वर्तमान आहे.

मनुष्यजीवनाचे मुख्य लक्ष्य, खरा आनंद प्राप्त करणे हे असून तो कैवल्य अवस्थेत प्राप्त होतो. प्रत्येक कामाच्या शेवटी आपल्याला आनंदच हवा असतो. छोट्याशा कामामागेही संतोष आणि आनंदाचीच इच्छा आपण बाळगतो.

लोकांचा आनंद हा नेहमी भविष्यावर अवलंबून असतो. 'माझी नवीन कार आल्यावर मी आनंदी होईन... माझी जुनी कार विकली गेली की मी आनंदी होईन...' अशी लोकांची आनंदाची व्याख्या असते. परंतु कार विकणाऱ्याचा आनंद हा कार विकल्यानंतर किती काळ टिकतो? जास्तीत जास्त दोन किंवा तीन दिवसच! याचा अर्थ, कार तर विकली गेली; परंतु आनंद काही दिवसांमध्येच कारप्रमाणे बेकार झाला.

एक मुलगा परीक्षेचा रिझल्ट घेऊन आईकडे धावत येतो. म्हणतो, 'हे बघ आई, मी पास झालो.' आई खूश होते. 'अरे वा! खूपच छान!' असे म्हणून त्याला शाबासकी देते. शेजाऱ्यापाजाऱ्यांनादेखील कौतुकाने मुलाचे प्रगती पुस्तक दाखवते, 'माझ्या मुलाला बघा किती छान गुण मिळाले...' दुसऱ्या दिवशी शाळेतून आल्यानंतर मूल पुन्हा एकदा आईला प्रगतिपुस्तक दाखवते. त्यावर आई पुन्हा आपला आनंद व्यक्त करत म्हणते, 'अरे वा, बेटा! तू पास झालास ना... छान!' तिसऱ्या दिवशी मुलगा तितक्याच उत्साहाने आईला म्हणतो, 'आई, बघ ना ग प्रगतिपुस्तक.' तेव्हा आई म्हणते, 'ठेव ते बाजूला... माझी खूप कामे पडली आहेत... तू जाऊन खेळ...' आईच्या आनंदात इतका फरक कसा पडला? आधी तर तिला इतका आनंद झाला, की आजूबाजूच्या लोकांबरोबर तिने तो वाटला. आता तिला ती खुशी होत नाही. याचे कारण काय? कारण ही खुशी खोटी, अस्थायी खुशी आहे. जो आनंद काळानुरूप वाढतो, तो तेज आनंद आहे आणि जो काळाप्रमाणे कमी होत जातो, तो खोटा आनंद आहे.

काळानुसार वाढत जाणारा आनंद आपल्याला माहीत आहे का? नाही! अशा आनंदाला तर आपण ओळखतही नाही. या आनंदाची ओळख तेव्हाच होईल जेव्हा मन आत असेल. मन बाहेर असते तेव्हा ते केवळ मनोरंजनात, खोट्या आनंदातच रमते.

हे वाचल्यानंतर एखाद्याला अशीही शंका वाटेल, की मन अंतरंगात गेले तर बाहेर आमची कामं कशी होणार? परंतु यामध्ये घाबरण्यासारखे काहीही नाही. मन आत असूनही सगळी कामं सुरळीत आणि व्यवस्थित होत राहतात. पूर्वी जसे होते तसेच सर्व काही चालू राहते. पण त्याचबरोबर अंतर्यामीदेखील एक प्रकारचा आनंद जाणवत राहतो.

सर्वोच्च उपदेश

'जगा आणि जगू द्या' हा भगवान महावीरांनी दिलेला सर्वोच्च उपदेश आहे. आपण जगा आणि इतरांनाही जगू द्या. प्रत्यक्षात महावीरांच्या उपदेशाचे गांभीर्य आपण जाणले असेल आणि त्यानुसार आपण स्वत: जीवन जगत असाल, तरच आपण इतरांनाही ते जगण्याची अनुमती द्याल. पण जगण्याचा योग्य अर्थच ठाऊक नसेल तर इतरांवरही आपण स्वत:सारखेच मर्यादित, संकुचित जीवन जगण्याचेच बंधन घालाल. त्यामुळे अगोदर स्वत: जगायला शिका. स्वानुभवावर जाऊन खरोखरच जगायला शिकल्यानंतरच प्रत्यक्षात जगणे कशाला म्हणतात हे आपल्याला समजेल. आपण स्वत:ला शरीर समजून जगत असाल तर याचाच अर्थ, आपण आपले आयुष्य कसेबसे रेटत आहात. परंतु खरोखरच जगायला

शिकायचे असेल तर भगवान महावीरांचे जीवनचरित्र बारकाईने अभ्यासायला हवे. त्यांच्या जीवनचरित्रातून मिळणारी शिकवण आपल्याला भगवान बुद्ध, येशू ख्रिस्त, गुरू नानक, प्रभू रामचंद्र आणि भगवान श्रीकृष्ण यांच्या जीवनातूनदेखील मिळते.

भगवान महावीरांच्या उपदेशांमधून जीव, झाडेझुडपे तसेच निसर्गात होणाऱ्या सूक्ष्मतम हिंसेबाबतही मनुष्य जागरुक होतो. झाडाझुडपांमध्येही जीव असतो, ही गोष्ट तर आता वैज्ञानिक संशोधनातूनही सिद्ध झाली आहे. अशाच प्रकारे पाणीदेखील स-जीव आहे हे दाखवणारे प्रयोग केले गेले.

पाण्याने भरलेले दोन हौद आहेत. एका हौदासमोर संगीत वाजवले आणि दुसऱ्यासमोर अपशब्द उच्चारले. त्यानंतर दोन्ही हौदांमधील पाणी सूक्ष्मदर्शक यंत्राखाली तपासले. तेव्हा महत्त्वपूर्ण परिणाम समोर आले. संगीतमय वातावरणातील पाण्यात लयबद्ध संस्कार आढळले. पाणी सजीव असल्यामुळेच पूजा, होमहवनाच्या वेळी कलशातील पाणी पवित्र मानून ते सगळीकडे शिंपडले जाते. यज्ञयागाच्या वेळी पाण्याला साक्षी ठेवून त्याच्यासमोर सगळे विधी केले जातात, त्यामुळे पाण्याला पवित्र मानतात. अशाच प्रकारे पूजेनंतरच्या प्रसादालाही विशेष महत्त्व असते. पूजापाठानंतर या वस्तूंचे तरंग सकारात्मक होतात. जसे, एखाद्या घरी गेल्यानंतर आपल्याला तिथे खूप छान, प्रसन्न वाटते. भलेही त्या घरात आपले विशेष आदरातिथ्य होत नसेल, प्यायला पाणी देऊनच निरोप दिला जात असेल, तरीदेखील अशा ठिकाणी आपल्याला चांगले वाटते. कारण त्या घरामध्ये असणाऱ्या सकारात्मक तरंगांचा, लहरींचा सकारात्मक परिणाम आपल्यावरही होतो.

ज्या घरात प्रेमाचे साम्राज्य आणि कुटुंबातील सदस्यांचा परस्परांबद्दल सकारात्मक दृष्टिकोण असतो, तेथील पाण्यावरही याचा उत्कृष्ट परिणाम होतो. हे सर्व अदृश्यात घडत असल्याने, आपल्याला दिसत नाही. म्हणून या गोष्टींकडे तितकेसे गांभीर्याने बघितले जात नाही. परंतु सूक्ष्म स्तरावर या गोष्टींचा शोध घेतला तर सर्व काही स्पष्टपणे समोर येईल.

सर्वात मोठा भ्रम

'जगा, जगू द्या' असे सांगितले आहे तेव्हा आपण भ्रमात तर जगत नाही ना? आपण स्वतःला शरीर मानून जगत नाही ना? असे असेल तर आपण चुकीच्या दिशेने जगत आहात. यासाठी 'जगा, जगू द्या' या उपदेशाकडे अनेकांत दृष्टीने पाहा. आपण जेव्हा म्हणतो, 'जगा' तेव्हा आपण शरीराच्या जगण्यालाच जीवन समजतो. परंतु शरीर तर अंतर्गत चेतनेमुळे हिंडताना-फिरताना दिसते. पण आपण शरीर नाही. जसे, रेडिओमधील बॅटरीमुळेच ध्वनितरंग आपल्याला ऐकू येतात, त्याचप्रमाणे मनुष्याची शक्ती ही त्याच्या आत असणारे चैतन्यच आहे. आपण जेव्हा आपल्या शरीराच्या संदर्भात 'हे माझे शरीर आहे' असे म्हणता, तेव्हा

त्याचा अर्थ, 'मी हे शरीर नाही. मी शरीरापासून वेगळा आहे' असा होतो.

जसे, चित्रकलेचे शिक्षक एकदा विद्यार्थ्यांना रिंग (अंगठीचे चित्र) काढायला सांगतात. त्यावर एक विद्यार्थी चौकोनी चित्र काढतो. हे पाहून शिक्षक त्या विद्यार्थ्याला म्हणतात, 'अरे! तू तर चुकीचे चित्र काढले आहेस. रिंग चौकोनी नाही, गोल असते.' यावर तो विद्यार्थी म्हणतो, 'ही बॉक्सिंग रिंग आहे. ती चौकोनीच असते.'

शिक्षकांना अभिप्रेत असणारी 'रिंग' वेगळीच होती आणि त्या विद्यार्थ्याने रिंगचा लावलेला अर्थ हा काही निराळाच होता. त्याचप्रमाणे 'माझे शरीर मी नाही, तुझे शरीर तू नाहीस' या ओळीचा अर्थ स्वतःला जाणल्यानंतरच लक्षात येईल.

अध्यात्मामध्ये सर्वात मोठा आणि एकमेव असा प्रश्न म्हणजे – 'मी कोण आहे?' कित्येकांना प्रश्न पडतो, की आयुष्याचे लक्ष्य काय आहे? जे काही चालले आहे ते स्वप्न तर नाही ना? कुणाच्या मनात असेही प्रश्न येतात, माझ्या मनात निर्माण होणाऱ्या प्रश्नांचे कारण काय? मी भ्रमात (स्वप्नात) तर जगत नाहीये ना?

एखाद्याला असेही वाटू शकते, की 'बाकीचे लोक भ्रमात जगत आहेत मी नाही.' परंतु हाच त्याच्यासाठी असणारा सर्वात मोठा भ्रम आहे.

पूर्णपणे प्रामाणिक राहून कपटाशिवाय मनन केले, स्वअध्ययन केले, महावीरांचे उपदेश सखोलपणे अंगीकारले तरच आपण या भ्रमातून बाहेर येऊ शकाल. कारण स्वतःला जाणल्याशिवाय मनावर (अज्ञानावर) विजय मिळवता येत नाही. मनावर नियंत्रण मिळवल्याशिवाय आपण महावीर बनू शकत नाही. महावीरांना महावीर बनूनच जाणता येते.

❑❑❑

२३

महावीरांची तीन वचने

नमन, अतिक्रमण, वीतराग

यापूर्वी आपण महावीरांचे 'जगा, जगू द्या' हे महत्त्वपूर्ण तीन शब्द समजून घेतले. आता महावीरांच्या वाणीतून प्रकटलेली आणखी काही महत्त्वपूर्ण वचने समजून घेऊ या.

महावीरांनी तीन शब्द दिले – नमन, अतिक्रमण आणि वीतराग. हे शब्द जोपर्यंत समजणार नाहीत, तोपर्यंत ते रिकामे डबेच राहतील. शब्दांच्या आत समजेचा, प्रज्ञेचा अभाव असेल तर शब्द म्हणजे रिकामे डबे कसे असतात, हे एका उदाहरणातून लक्षात येईल.

एक गुरू आपल्या शिष्यांना सातत्याने वेगवेगळी उदाहरणे देत. आपले गुरू सतत वेगवेगळे दाखले कसे देतात याचे शिष्यांना आश्चर्य वाटत असे. कोणत्या पुस्तकाच्या आधारे आपले गुरुजी इतके दृष्टान्त देत असतील असा प्रश्नही त्यांना पडे. यावर गुरुजींनी त्यांना सांगितले, 'कपाटात माझे एक पुस्तक आहे. माझ्या मृत्यूनंतर आपण ते पाहा. आपल्याला सगळ्या गोष्टींचा उलगडा होईल.'

गुरुजींच्या मृत्यूनंतर शिष्यांनी त्यांचे कपाट उघडले. असंख्य दृष्टांतांनी भरलेले ते पुस्तक कोणते आहे हे पाहण्याची त्यांना उत्सुकता होती. शिष्यांना कपाटात एक पुस्तक दिसले. त्यांनी घाईघाईने ते उघडले. पण उघडल्यावर त्यांना आश्चर्याचा धक्काच बसला. कारण ते पुस्तक कोरे होते. त्यामध्ये केवळ

एक ओळ लिहिलेली होती, 'शब्द डबे आहेत. ज्या मनुष्याला डबा आणि डब्यामधील मसाला यांच्यात फरक करता येईल, तोच सर्वात मोठा ज्ञानी आहे.'

शिष्यांना पुस्तकात लिहिलेल्या या ओळींचा अर्थ समजला नाही. गुरुजींनी कोणत्या शब्दांविषयी हे सांगितले आहे? रिकामे डबे (शब्द) म्हणजे काय? डब्यांमध्ये कोणता मसाला (सार) आहे? ही गोष्ट त्या शिष्यांना समजलीच नाही. परंतु हे सार (अर्क) आपल्याला या पुस्तकाच्या माध्यमातून, वेगवेगळ्या उदाहरणांच्या साहाय्याने समजून सांगितले आहे. आता महावीरांच्या वाणीतून प्रकटलेल्या तीन शब्दांचा, वचनांचा अर्थ विस्ताराने समजून घ्या.

१. नमन

लोक मंदिरात जाऊन मूर्तीसमोर माथा टेकवतात आणि त्या कृतीला नमन केले असे म्हणतात. परंतु ते खरे नमन नाही. 'आपले मन जिथे आत असते ते मंदिर.' तेव्हा, मंदिरात जायचे नाही, तर मंदिर व्हायचे असते. अर्थात, मनाला आतल्या बाजूला वळवायचे असते. मनाला आतमध्ये लीन करायचे असते. मन आतमध्ये असते तेव्हा मंदिर उघडते, अन्यथा ते बंद राहते.

लोक सांगतात, की 'आम्ही मंदिरात जाणार आहोत.' तेव्हा त्यांना समजावले जाते, 'मंदिरात जाण्यापेक्षा मंदिर होणे महत्त्वाचे आहे.' म्हणजेच आपले मन आतमध्ये असण्याची आवश्यकता आहे. मन मंदिरात 'नमन' होणे हे लक्ष्य आहे. मन आत गेल्यानंतरच नमन होते. नमनामध्ये त्या तेजमौनात, आंतरिक मौनाचा आनंद घेता-घेता मन डुंबून जाते. बाहेरच्या साधारण संगीतातही मनुष्याचे देहभान हरपून जाते, मन गायब होते, तो आनंदाने नाचू लागतो. या बाह्य संगीतासारखेच अंतरंगातील अस्सल संगीतातही मनुष्याचे मन हरवते, तो नमन होतो.

'नमन' म्हणजे मंदिरात जाणे आणि शरीराने झुकणे हाच आजपर्यंत नमनाचा अर्थ मानला गेला होता. आपण हात जोडले, साष्टांग नमस्कार घातला तर ईश्वर खूश होईल, असे मनुष्याला वाटते. चारही बाजूंनी लोटांगण घालत-घालत नमस्कार केला तर तो आणखीनच प्रसन्न होईल असा विचार तो करतो. परंतु अशा प्रकारे हात जोडणे किंवा नमस्कार करणे म्हणजे खरे नमन नाही. शरीर झुकवण्याचे महत्त्व आहेच. परंतु केवळ ते केल्यामुळेच नमन होणार नाही. बुटांना पॉलिश करून सत्याची कोणतीही यात्रा केली नाही, तर आपल्याला त्याचा काहीही फायदा होणार नाही. मन अंतरंगात जाऊन विलीन झाले, बुडून गेले तरच योग्य अर्थाने नमन झाले असे म्हणता येईल.

काही जण मूर्तिपूजेच्या विरोधात असतात आणि काही मूर्तिपूजा करतात. परंतु दोन्ही प्रकारच्या लोकांना मंदिराचा योग्य इशारा समजत नाही, की मूर्ती आपल्याला कोणता संकेत देत आहे. मूर्तींच्या माध्यमातून अत्यंत गूढ इशारा दिलेला आहे. हा संकेत आपल्या लक्षात यायला हवा. मूर्तीला नैवेद्य दाखवल्यावर तो नैवेद्य आपण स्वतःच खातो. उदबत्तीचा सुवासही आपल्यालाच मिळतो. ईश्वराच्या मूर्तीला हळद-कुंकू वाहतो तेव्हा आपल्या कपाळालाही ते लावतो. असे आपण का करतो? कारण मंदिरातील मूर्ती, महावीरांच्या शरीराची मूर्ती आणि आपल्या शरीराची मूर्ती ही एकच आहे, या अत्यंत महत्त्वपूर्ण गोष्टीकडे यातून संकेत केला आहे.

मनुष्य-शरीर हीच ईश्वराची सर्वात मोठी मूर्ती

ईश्वराची सर्वात मोठी मूर्ती कोणती असू शकते? ईश्वराची सर्वात विशाल मूर्ती म्हणजे मनुष्याचे शरीर, जे आपण नसतो. मनुष्याचे शरीर म्हणजे एक मूर्ती असू शकत नाही का? चालता-बोलता पुतळा असू शकत नाही का? तो कसा चालवला जात आहे? हा पुतळा आपण योग्य प्रकारे चालवू शकत असाल तरच आपण ईश्वराची भक्ती करत आहात. पण अयोग्य प्रकाराने चालवला जात असेल, म्हणजेच आपण दारू पित असाल, एखादे व्यसन करत असाल तर ईश्वराची योग्य भक्ती घडत नाही, हे नक्की!

शरीराला किंवा गाडीला चालवताना, दोन्हींही बाबतीत वेगावर नियंत्रण ठेवण्याची आवश्यकता असते. शरीराला आवश्यकतेपेक्षा जास्त वेगाने चालवत असाल तर आपण शरीराची पर्वा, आदर करत नाही असा याचा अर्थ होतो. ईश्वराची सर्वोत्तम मूर्ती आपल्याकडे आहे. आपण जर तिचा योग्य तो मान राखला नाही, अहंकाराचा कचरा तिच्यात साठवून ठेवला तर आपण ईश्वराची योग्य भक्ती करत नाही असे म्हणावे लागेल. परंतु जर का आपण मूर्तीमधून (आपले शरीर) हा कचरा काढला तर यापेक्षा मोठी भक्ती कोणती असेल? बाह्य मूर्ती ही आतमध्ये जाण्यासाठी संकेत करते. या मूर्तीच्या अंतर्यामी प्रवेश कराल, तेव्हाच बाहेरची मूर्ती आपल्याला साहाय्यक ठरेल. मंदिराला पाहून स्वतःची आठवण झाली तर मंदिराचा उपयोग आहे.

प्रत्येक ठिकाणी अगदी गल्लीबोळातूनही मंदिराची निर्मिती व्हायला हवी. ज्यामुळे येता-जाता, घरातून बाहेर पडताना आपण मंदिराच्या निमित्ताने स्वतःचे दर्शन घ्याल. मंदिराचे दर्शन घेतल्यावर आपल्याला अंतरंगात जाण्याचे स्मरण होईल, ही बाब आता ठामपणे आपल्या लक्षात आली असेल. मंदिर पाहिल्यानंतर मन आत जाते की बाहेरच राहते हे आपल्याला समजले तर मंदिराचा आणि मूर्तीचा खूप मोठा लाभ झाला असे म्हणता येईल. मंदिराच्या माध्यमातून योग्य संकेत आपल्याला समजले तर आपले मन योग्य अर्थाने नमन

होऊ लागेल. तेव्हाच महावीरांची मूर्ती, महावीरांची वाणी, महावीरांचे जीवन आपल्यासाठी महान ठरेल. महावीरांच्या वाणीचा मथितार्थ समजून त्यांच्या आज्ञेनुसार वागलो? त्यांच्या गुणांना साधनेद्वारे स्वतःमध्ये सामावून घेऊन आयुष्य जगलो तर आपल्याला महावीर समजले असे म्हणता येईल.

२. अतिक्रमण

महावीरांच्या वाणीतून आणखी एक शब्द येतो, तो म्हणजे 'अतिक्रमण'. अतिक्रमणाच्या विरुद्ध शब्द आहे, आक्रमण. आपण जेव्हा एखाद्या गोष्टीसाठी ग्रहणशील असतो तेव्हाच ती आपल्याला समजते. जसे, श्रवण करता-करता आपल्यात पुढील विचार सुरू असतील, 'हे तर मी याआधीही ऐकले आहे... जे सांगितले जात आहे ते काही विशेष नाहीये... हे तर मला माहीत आहेच... अमुकअमुक महाराजदेखील असेच सांगतात...' इत्यादी. अशा प्रकारचे विचार आपल्या आतमध्ये सुरू असतील तर आपण अतिक्रमण नव्हे, आक्रमण करत आहात.

मनाचे अतिक्रमण केव्हा घडते? आपण जेव्हा ग्रहणशील आणि खुले असतो तेव्हा आपल्याकडे कृपेच्या गोष्टी आकर्षित होऊ लागतात. आपण जेव्हा अंतर्यामी जाता तेव्हा बाह्य गोष्टीदेखील आत प्रवेश करतात. उदाहरणार्थ, जेव्हा आपण एखाद्याशी बोलत असतो, तेव्हा मध्ये-मध्ये आपले मन बडबड करत असल्याने ज्या गोष्टी आपल्या अंतर्यामी जायला हव्यात त्या जात नाहीत. आपल्याकडून काही बाहेर जात असेल, तर ते आक्रमण आहे. आपल्या आतमध्ये काही येत असेल तर ते मनाचे अतिक्रमण (पलीकडील) आहे. अतिक्रमणाचा खरा अर्थ आहे, आपण मनाच्या पलीकडे जाऊन ग्रहणशील बनावे. आपल्याकडे कृपा येत आहेत, त्या आत गेल्या तर त्याचा अर्थ मन आत जात आहे.

ज्या पाईपमधून पाणी बाहेर जाते, त्याच पाईपमधून ते आतही येऊ शकते. आपण जेव्हा मनाच्या पलीकडे उडी घेतो तेव्हा त्याला मनाचे अतिक्रमण म्हणतात.

आपण जेव्हा बुद्धीवरून (डोके) हृदयावर (तेजस्थानावर) पोहोचतो तेव्हा मनाचे अतिक्रमण होते.

आपण जेव्हा स्वबोधात स्थापित होतो तेव्हा तुलनात्मक मनाचे (कॉन्ट्रास्ट मनाचे) कायमस्वरूपी अतिक्रमण होते.

त्यानंतर शरीर केवळ सहज मनाने, अहंकारविरहित होऊन काम करते. या अवस्थेला 'मनावर विजय प्राप्त होणे' म्हटले आहे. एकमेव अशा कैवल्य अवस्थेपर्यंत पोहोचण्याचा मार्ग वेगवेगळ्या शब्दांत सांगितला आहे.

आक्रमण कधी होते हे आपल्याला ठाऊक आहे का? जसे, दोन माणसे भेटल्यानंतर

ते परस्परांचे बोलणे ऐकण्याऐवजी स्वतःच बोलत राहतात. पहिला बोलत असताना, तो श्वास घ्यायला कधी थांबतोय आणि तितक्यात मी बोलायला कशी सुरुवात करतोय या संधीच्या शोधात दुसरा असतो. या कृतीला आक्रमण म्हणतात.

अतिक्रमणात ऐकण्यामुळे होणारा फायदा हा खऱ्या अर्थी परिणामकारक असतो. परंतु ऐकतानादेखील आपल्या मनात वेगवेगळे विचार सुरू असतात. 'मी त्यांना भेटल्यावर काय मागेन... त्याच्याकडून हे घेईन... ते घेईन...' अशा प्रकारचे विचार सुरू असतील तर श्रवण योग्य प्रकारे घडत नाही, असे म्हणावे लागेल. आतमध्ये बडबड करणाऱ्या मनाच्या पलीकडे कसे जायचे हे आपण अतिक्रमणाच्या अर्थावरून समजून घेत आहोत. दुसऱ्याने आक्रमण करण्याआधीच आपण त्याच्यावर हल्ला करावा असा विचार अज्ञानामुळे येतो.

एखाद्या किड्यामुळे किंवा डासाच्या गुणगुणण्याने झोपेत अडथळा आला तर तो किडा, डास हाकलून दिल्याशिवाय आपल्याला स्वस्थ झोप लागत नाही. कारण तो किडा आपल्यावर आक्रमण करू शकतो. त्यामुळे त्याने आक्रमण करण्याअगोदर आपणच त्याच्यावर हल्ला करावा, त्याला खोलीबाहेर हुसकून द्यावे किंवा मारून टाकावे तेव्हाच शांत झोप येईल असा विचार आपण करतो. कारण हा मनुष्य-स्वभाव आहे. मनुष्याला सर्वप्रथम आक्रमणच करायचे असते.

खरे तर आक्रमण ही हिंसा आहे. महावीरांनी अहिंसेचे सूक्ष्म रूप सर्वांसमोर मांडले. शारीरिक, वैचारिक, मौखिक, सामाजिक, भावनात्मक, आध्यात्मिक हिंसा कशी होऊ शकते हे त्यांनी आपल्या वचनांमधून स्पष्ट केले. मनाच्या आक्रमकतेपासून मुक्त होऊनच मनावर विजय मिळवता येतो.

३. वीतराग

महावीरांकडून आलेला तिसरा शब्द म्हणजे 'वीतराग'. 'वीतराग' याचा अर्थ आहे, 'दोहोंच्या पलीकडे असलेला'. एक संसारी असतो तर एक संन्यासी. संसारी हा सांसारिक जगात गुरफटतो. संन्यासी संन्यास-जीवनात अडकतो. संन्याशाने जगाचा त्याग केल्यामुळे त्याचे विचार वेगळे असतील असे आपल्याला वाटेल; प्रत्यक्षात तसे नसते.

संसारात राहणारे, 'मी संसारी आहे' असे म्हणतात. तर, तथाकथित संन्यास धारण केलेल्यांच्या मनात अशा प्रकारचे विचार येत नसतील का? 'मी संन्यासी आहे' असे विचार त्यांनादेखील येतात. सांगण्याचे तात्पर्य, दोघांनाही तितकेच विचार येतात. त्यांच्या विचारांच्या संख्येत कोणताही फरक नाही. दोघेही 'मी'च्या विचारांना धरून ठेवतात. दोघांच्या विचारांत फरक असला तर तो इतकाच, की एक स्वतःला संसारी मानतो आणि दुसरा संन्यासी. परंतु दोघेही एकाच खेळात अडकले आहेत, फसलेले आहेत. यासाठी एका

नवीन शब्दाचा उदय झाला. आजच्या काळासाठी अचूक असणारा हा शब्द म्हणजे, 'तेज संसारी.' तेज संसारी म्हणजे ज्याने संन्यास आणि संसार यांचा मध्यम मार्ग अवलंबला आहे. तेज संसारीमध्ये संन्यासी आणि संसारी यांचे सर्व गुण सामावलेले आहेत. त्याचबरोबर तो दोघांच्या अवगुणांपासून मुक्तही आहे.

काही लोक माळा जपतात, वेगवेगळ्या रंगांचे कपडे घालतात. यामुळे त्यांचे फक्त विचार बदलण्याची शक्यता असते. पण विचारांची संख्या कशी कमी होणार? याचा अर्थ, त्यांनी योग्य प्रकारे सत्य जाणून घेतले नाही. योग्यरीत्या सत्य जाणून घ्यायचे असेल तर प्रथम आपल्याला 'वीतराग' म्हणजे काय हे समजून घ्यावे लागेल. वीतराग हा शब्द 'नमना'चा परिणाम आहे.

मनाचे अतिक्रमण (स्वसाक्षी) झाले, मन नमन झाले तर फळ मिळेल. म्हणजेच आपण वीतरागी बनाल. वीतरागी बनल्यानंतर हव्यास, आसक्ती यांच्यापासून तर मुक्ती मिळेलच. शिवाय अनासक्तीपासूनदेखील आपण मुक्त व्हाल.

आसक्ती - लोभ किंवा हव्यास

आसक्ती म्हणजे एखादी गोष्ट हवीहवीशी वाटणे, तिचा लोभ वाटणे. चित्रपट पाहताना त्यातील पात्रांच्या सुख-दुःखाशी एकरूप होऊन आपणही हसता-रडता. त्या पात्रांशी इतके जोडले जाता, की त्यांच्या जागी स्वतःचीच कल्पना करता. पात्रांविषयीच्या आसक्तीमुळेच हे घडते.

आसक्ती आणि अनासक्ती दोहोंपासून आपला संबंध जिथे तुटतो त्याला वीतराग म्हणतात. 'अरे! मी तर त्या पात्रांबरोबर समरस होतच नाही. मी चित्रपट पाहायला जातो. परंतु मी रडत नाही.' हे म्हणणे म्हणजे अनासक्ती. पण इथे 'मी' म्हणणे हीदेखील एक प्रकारची आसक्तीच आहे. ही आसक्ती अजून तुटलेली नाही. या दोघांपासून जो मुक्त होतो तो 'वीतरागी.' पुढील उदाहरणावरून ही बाब अधिक स्पष्टपणे लक्षात येईल.

> एकदा संत दादा टी. एल. वासवानी आपल्या आईला म्हणाले, 'मला नोकरी सोडून गरिबांची सेवा करायची आहे.' यावर त्यांची आई म्हणाली, 'आत्ता नाही. मी जोपर्यंत जिवंत आहे तोपर्यंत नोकरी सोडू नकोस.' यावर वासवानी म्हणाले, 'गरिबांची सेवा करावी अशी माझी उत्कट इच्छा आहे. म्हणून मला नोकरी सोडायची आहे.' जसे, एखाद्याने सांगावे, की मला संन्यासी बनण्याची आत्यंतिक इच्छा आहे, मी संन्यासी होणार आहे.
>
> महावीरांनीदेखील आपल्या आईवडिलांना सांगितले, 'मला राज्य सोडून

संन्यास (मुक्ती) घ्यायचा आहे.' यावर त्यांचे आईवडील म्हणाले, 'आत्ता नाही. आम्ही जोपर्यंत जिवंत आहोत, तोपर्यंत तू राज्यत्याग करू शकत नाहीस.' यावर महावीर म्हणाले, 'ठीक आहे.' कारण संन्यास किंवा संसार या दोन्हीही गोष्टींशी ते आसक्त नव्हते. त्याचप्रमाणे दादा वासवानींना नोकरी सोडण्यासाठी मनाई केल्यावर त्यांनीही 'ठीक आहे' म्हणून त्या गोष्टीचा स्वीकार केला. त्यानंतर आईचा मृत्यूनंतर दुसऱ्याच दिवशी नोकरीचा त्यांनी राजीनामा दिला. कारण आता ते दोहोंपासून मुक्त झाले होते. जिथे दोन्ही गोष्टी सुटतात तिथेच 'वीतराग' हा शब्द येतो. अंधार असो किंवा प्रकाश, आपण दोन्हींपासून मुक्त झालात म्हणजे वीतराग बनता.

राग या शब्दाचा अर्थ आहे, जोडणे. वीतरागाचा अर्थ आहे, जोड व आसक्तीच्या पलीकडे असणे. जोडणे कशाशी? आपण जेव्हा म्हणता, 'आपल्याला शुभेच्छा'; तर शुभेच्छाचा अर्थ, आपल्याला प्रत्येक इच्छेपासून मुक्ती मिळावी हा आहे. त्याचबरोबर इच्छेपासून मुक्ती मिळण्याची इच्छा तरी राहावी. लोकांना वाटते, की इच्छाच राहिल्या नाहीत तर आमची कामे कशी होणार? म्हणजेच त्यांनी याचा योग्य अर्थ जाणला नाही. इच्छा तर जागृत होणारच. परंतु त्या इच्छांबरोबर असणारा 'मी-माझा' हा भाव राहणार नाही. जागृत होणाऱ्या या इच्छांकडे साक्षी भावनेने पाहत केवळ ईश्वरी इच्छा शरीराद्वारे पूर्ण केल्या जातील. सत्याची इच्छा जेव्हा मनुष्याच्या शरीराकडून पूर्ण होते, तेव्हा त्या पूर्णतेला महान जीवन, महावीर असे संबोधले जाते.

❑❑❑

२४

तीन आत्मा

बहिर्आत्मा, अंतर्आत्मा, परमात्मा

भगवान महावीरांनी जनसामान्यांना तीन आत्म्यांसंबंधी मार्गदर्शन केले : बहिर्आत्मा, अंतर्आत्मा आणि परमात्मा. हे शब्द कदाचित वेगळे असतीलही. आत्मा या शब्दाचा महावीरांना अभिप्रेत असणारा अर्थ होता, सेल्फ. परंतु आज 'आत्मा' हा शब्द भ्रष्ट झाला आहे. चित्रपटांमुळे या शब्दाबाबत लोकांनी चुकीच्या धारणा बनवल्या आहेत. अयोग्य धारणांमुळे उच्चतम गोष्टींचा खरा अर्थ सर्वसामान्यांना समजत नाही.

जसे, कुणी आपली स्तुती केली तर आपल्याला ती नक्कीच आवडते. पण हे कौतुक अशा परकीय भाषेत केले, ज्या भाषेचा आपल्याला गंधही नाही, तर ते ऐकताना कदाचित त्यातील काही शब्दांचा आपण चुकीचा अर्थ लावून अर्थाचा अनर्थ किंवा विपर्यास कराल. इतकेच नाही, तर त्या भाषेचा, विशिष्ट शब्दांचा आपल्याला रागही येईल. अशा प्रकारे आपल्याला जर हे ठाऊक झाले, की भगवान महावीरांनी आत्मा हा शब्द सेल्फसाठी वापरला आहे तर महावीरांनी सर्वांसाठी सांगितलेल्या ज्ञानाचा उलगडा आपल्यालाही होईल. कारण ते सेल्फनिर्मित ज्ञान असते.

परमात्मा शब्द ऐकून लोकांच्या मनात प्रश्न निर्माण होतो, की भगवान महावीर परमेश्वराला मानत होते का? या प्रश्नाचे उत्तर परमज्ञान प्राप्त झालेलेच देऊ शकतील. कोणत्याही अज्ञानी किंवा साधारण बुद्धीच्या मनुष्याला याचे उत्तर देता येणार नाही. सत्य हे

आहे, की भगवान महावीर किंवा भगवान बुद्ध, 'परमेश्वराला जाणत होते, मानत होते आणि त्यांना हव्या असलेल्या गोष्टींची मागणी करत होते.' परंतु त्यांच्यासाठी परमात्मा म्हणजे सर्वसामान्यांच्या कल्पनेतला नव्हे. परमात्मा शब्द उच्चारल्यावर आपल्या आतमध्ये जे चित्र उमटते, तसे चित्र भगवान महावीरांच्या किंवा बुद्धांच्या आतमध्ये नव्हते. वास्तविक हा अत्यंत गुंतागुंतीचा विषय आहे आणि तो योग्य प्रकारे समजावा म्हणूनच भगवान महावीरांनी बहिर्आत्मा, अंतर्आत्मा आणि परम आत्मा अशी तीन आत्म्यांची उदाहरणे दिली.

भगवान महावीर म्हणतात, 'परमात्मा म्हणजे जिथे आत्मा एकरूप झाला आहे.' पहिल्यांदा आत्मा एक नसतो, तर तीन असतात. सर्वात पहिला 'बहिर्आत्मा', म्हणजे तो आत्मा जो बाहेर आहे. यानंतर 'अंतर्आत्मा' म्हणजे असा आत्मा जो स्वत:शी संलग्न होण्यासाठी आत गेला आहे. यानंतर येतो 'परमात्मा'. भगवान महावीरांनी प्रत्यक्षात हे शब्द वापरले नसतीलही; परंतु त्यांच्या सांगण्याचे तात्पर्य, मथितार्थ हाच होता. आजच्या काळातील लोकांना याच भाषेत आणि शब्दांत ज्ञानाचा उलगडा होऊ शकतो. म्हणून या शब्दांचा वापर इथे केला आहे. या शब्दांमधून योग्य अर्थ समजावा इतकाच यामागचा उद्देश आहे.

आपल्याला अशी कित्येक माणसे भेटतील, ज्यांना आपण सत्ससंगाला येण्याची विनंती केल्यावर ते नकार देतील. आम्हांला सत्संगाची आवश्यकताच नाही असेही सांगतील. अशा लोकांना बहिर्आत्मा म्हटले जाते. इथे बहिर्आत्मा म्हणजे जो बहिरा आहे, ज्याला ऐकायला येतच नाही, ज्याचे सत्याशी काहीही देणेघेणे नाही असा मनुष्य. अशी बहिर्आत्मा मंडळी आपल्याला सांगतील, 'आम्ही अशा सत्संगात येणार नाही. आमच्याकडून अशा अपेक्षा ठेवूही नका.' असे लोक जीवनालाच वास्तव समजून जगत असतात. प्रत्यक्षात ते हठवादी बनलेले असतात. त्यांची लवचीकता नष्ट झालेली असते. त्यांचे मन वळवण्यासाठी आपण अशा लोकांना अवश्य सांगा, की 'कमीत कमी एकदा तरी सत्संगात या. काय सांगतात ते ऐका. कदाचित तिथे आपल्याला एखादी नवीन शिफ्टिंग मिळेल. आपल्यासमोर एखादा नवीन पैलू उलगडेल.' आपल्या बोलण्यामुळे प्रेरित होऊन ते एकदा जरी सत्संगात आले तरीदेखील त्यांची लवचीकता वाढू शकते.

अशा लोकांच्या आयुष्यात जेव्हा काही विशिष्ट घटना घडतात, तेव्हा त्यांच्यापैकी काहींच्या मनात विचार उठतात, प्रश्न निर्माण होतात, ज्यामुळे ते बहिर्आत्मा अंतर्आत्मा बनतात. सत्याचा शोधक हादेखील एक अंतर्आत्माच आहे.

बहिर्आत्मा जेव्हा आतमध्ये येतो तेव्हा अंतर्आत्मा होतो आणि जेव्हा अंतर्आत्मा एक होतो, तेव्हा त्याला परमात्मा म्हणतात. परमात्मा हा आत-बाहेरच्या बाहेर असतो. आत-बाहेरच्या बाहेर म्हणजे आतही नाही आणि बाहेरही नाही अशी अवस्था. भगवान

महावीर 'अशा' परमात्म्याला मानत होते. आत्म्याची परमात्मा बनण्याची शक्यताही भगवान महावीरांनी सांगितली.

ईश्वराला मानण्याने किंवा कर्मकांड केल्यामुळेच मुक्ती मिळते अशी धारणा असलेल्या लोकांना भगवान महावीरांनी सांगितले, 'कोणत्याही कर्मकांडामुळे मुक्ती किंवा मोक्ष मिळत नाही.' अशाच प्रकारे काही लोक परमात्म्याला मानत नाहीत आणि काही आत्म्याला मानत नाहीत. वास्तविक महावीरांनी मानणे-न मानणे याच्या पलीकडे असणाऱ्या अस्सल परमात्म्याविषयी सांगितले आहे. भगवान महावीर कोणत्या परम-आत्म्याला मानत होते हे आपल्याला योग्य प्रकारे समजले तर आपण त्यांच्या उपदेशांची सुसंगती लावू शकाल.

❑❑❑

२५

कथांद्वारे उपदेश

खरा संसारी कोण असतो, हे सांगण्यासाठी भगवान महावीरांनी आपल्या शिष्यांना एक कथा सांगितली. राजा भरताने महामाह यज्ञामध्ये आलेल्या सर्व पाहुण्यांमधून खऱ्या संसारी मनुष्याला कसे ओळखले, हे या कथेमध्ये सांगितले आहे.

राजा भरताने महामाह यज्ञाचे आयोजन जिथे केले होते ती जागा राजाच्या आज्ञेनुसार फळाफुलांनी आणि कळ्यांनी आच्छादलेली होती. येणारे पाहुणे त्या नैसर्गिक गालिच्याला तुडवत यज्ञाच्या दिशेने जात होते. राजा भरताने त्यांच्याकडे दुर्लक्ष केले.

थोड्या वेळानंतर तिथे काही माणसे आली. मार्गामध्ये असणारी फळे-फुले आणि कळ्या त्यांनी बघितल्या. त्यानंतर ते आल्या पावली माघारी फिरले. तितक्यात शिपायांनी त्यांना थांबवले आणि जो मार्ग फुलाफळांनी, कळ्यांनी आच्छादलेला नव्हता त्या मार्गाने जायला सांगितले. भरत राजाने त्यांना फळाफुलांच्या मार्गाने न जाण्याचे कारण विचारले. त्यावर ते म्हणाले, 'राजा, आज समारंभाचा दिवस आहे. आजच्या दिवशी या फळाफुलांवर, कळ्यांवर पाय ठेवायला नको. कारण यामध्ये हजारो जीव असतात आणि इथून चालत गेलो तर ते जीव नाहक मरतील.'

त्या लोकांचे उत्तर ऐकून राजा खूश झाला. राजाने त्यांचा यथोचित सन्मान केला.

कारण ते खरे संसारी होते. खरा संसारी तोच असतो, जो अन्य जिवांमध्येदेखील आपले कुटुंब आणि आपली मुलेबाळे पाहतो. तो अहिंसेच्या मार्गावरून चालतो.

लोभ

एके दिवशी महावीरांनी आपल्या प्रवचनामध्ये, मनुष्याने लोभापोटी अनावश्यक संग्रह करू नये याविषयी उपदेश दिला. यासंबंधी त्यांनी एक कथा सांगितली.

कपिल नावाचा एक मुलगा होता. त्याचे वडील राजदरबारात पुरोहित होते. त्यांच्या मृत्यूनंतर राजाने कपिलला वडिलांच्या जागेवर घेतले नाही. कारण आचार्य पदासाठी आवश्यक असणारे शिक्षण आणि ज्ञान त्याच्याकडे नव्हते. तेव्हा एका नवीन आचार्यांची नियुक्ती राजदरबारात केली गेली. कपिल शिक्षणासाठी श्रावस्तीला गेला. तिथे तो शालीभद्र नावाच्या एका व्यापाऱ्यासोबत राहू लागला. कालांतराने शालीभद्रच्या मोलकरणीवर तो प्रेम करू लागला. त्याचे प्रेम जुळले. त्या दोघांनी लग्न करण्याचा निर्णय घेतला.

ती मोलकरीण कपिलला म्हणाली, 'लग्न करण्यासाठी आपल्याला पैशांची गरज आहे. तेव्हा अगोदर तू पैसे कमव.'

यावर कपिल म्हणाला, 'माझे तर शिक्षणही झालेले नाही. मला कोण नोकरी देणार?' तेव्हा मोलकरीण कपिलला म्हणाली, 'या राज्यामध्ये जो मनुष्य राजाकडे दान घेण्यासाठी सर्वप्रथम राजमहालात जातो त्याला राजा दोन ग्रॅम सोने देतो. तू दररोज राजदरबारात सगळ्यांच्या आधी जाऊन उभा राहा. म्हणजे तू रोज दोन ग्रॅम सोने कमवू शकशील.'

कपिलला तिचे म्हणणे पटले. त्यानुसार त्याने राजदरबारात जाण्याचे ठरवले.

सोन्याच्या विचारामुळे कपिलला रात्री झोपच आली नाही. काहीही काम न करता दररोज सोने मिळणार या कल्पनेनेच तो उत्तेजित झाला. त्या आवेशात रात्रीच्या प्रहरीच तो राजमहालाच्या दिशेने निघाला. पहारेकऱ्यांनी त्याला राजमहालाबाहेर फिरताना बघितले. चोर समजून त्यांनी त्याला कारागृहात टाकले आणि सकाळी राजासमोर उभे केले. कपिलने राजाला सगळी हकिकत

सांगितली. कपिल सत्य बोलत असल्याची खातरी राजाला पटली. तो कपिलला म्हणाला, 'तू इथे दान मागायला आला होतास. त्यामुळे तुला हवे असणारे दान मी देईन, हा माझा शब्द आहे.'

यावर कपिलने विचार करण्यासाठी थोडा वेळ मागितला. राजाने तो दिला. कपिलने विचार केला, 'राजाकडे मी फक्त दोन ग्रॅम सोने मागायचे का...? नाही. ते तर खूप लवकर संपून जाईल. मी राजाला दहा किंवा शंभर ग्रॅम सोने मागितले तर... नाही... ते पण संपूनच जाणार. मला वाटते, की राजाकडून मी हजार ग्रॅम सोने मागावे... हेच योग्य राहील... किंवा मी राजाला एक लाख रुपये मागितले तर... त्यापेक्षा राजाला संपूर्ण राज्यच का मागू नये?'

असे वेगवेगळे विचार करता-करता अचानक एक विचार कपिलला आला, 'या सगळ्यांचा विचार मी का करत आहे?' आणि क्षणार्धात त्याचा विवेक जागृत झाला. आपले विचार पाहता-पाहता एकदम त्याची प्रज्ञा जागी झाली. त्याने आपल्यातील वाढत्या लोभाचे दर्शन घेतले... त्याला जाणले. त्यानंतर तो राजाला म्हणाला, 'महाराज, मला कळून चुकले आहे, की लोभाला कोणतीही सीमा नाही. त्यामुळे मला काहीही नको. कृपया मला इथून जाण्याची अनुमती द्यावी.' राजाने कपिलकडे पाहून स्मितहास्य केले. आणि त्याला जाण्याची परवानगी दिली. त्या घटनेनंतर कपिलने लग्नदेखील केले नाही.

खरा ब्राह्मण कोण?

महावीरांनी आपल्या शिष्यांना आणखी एक कथा ऐकवली :

काशीमध्ये एक ब्राह्मण राहत होता. त्याचे नाव होते जयघोष. तो ब्राह्मण सांसारिक जीवनापासून मुक्त होऊन साधू बनला. सतत भ्रमंती करू लागला. एके दिवशी तो विजयघोष नावाच्या ब्राह्मणाकडे दान मागण्यासाठी गेला. तो ब्राह्मण यज्ञ करत होता. तो साधूला म्हणाला, 'मी केवळ त्यांनाच दक्षिणा देतो ज्यांना वेदांचे ज्ञान आहे, ज्यांना यज्ञविधी करता येतो. ज्यांना धर्म समजतो आणि ज्यांना राशींचे पूर्ण ज्ञान आहे.'

ब्राह्मणाचे बोलणे ऐकून साधू म्हणाला, 'खरा ब्राह्मण कोण, हे आपण मला सांगू शकता? कोण सर्वांना मुक्ती देऊ शकतो? वेद, यज्ञ आणि धर्म यांचे मूलतत्त्व कोणते आहे?'

ब्राह्मणाकडे साधूच्या कोणत्याही प्रश्नाचे उत्तर नव्हते. मग साधूनेच त्या

ब्राह्मणाला समजावले, 'केवळ मुंडण केल्यामुळे कुणीही ब्राह्मण बनत नाही. खरा ब्राह्मण तोच आहे, जो एखाद्याचे दुःख समजू शकतो. ज्याला कुणीही विचलित करू शकत नाही. जो विचार आणि क्रियेच्या अहिंसेवर विश्वास ठेवतो. खरा ब्राह्मण तोच आहे, जो क्रोधामध्ये किंवा लोभापोटी खोटे बोलत नाही.'

ही कथा सांगितल्यानंतर भगवान महावीरांनी आपल्या शिष्यांना सांगितले, 'ब्रह्मचर्य, विचार, प्रगती आणि तपस्या यामुळेच मनुष्य खरा संत बनतो.' भगवान महावीरांनी संन्याशांनादेखील संसारी मनुष्याप्रमाणे आयुष्य जगताना बघितले. तेव्हा त्यांना उपदेश करताना महावीरांनी सांगितले, 'केवळ मुंडण केल्यामुळे कुणीही संन्यासी बनत नाही... ॐकाराच्या आवर्तनामुळे कुणीही ब्राह्मण बनत नाही... वनात तपसाधना केली म्हणून कुणीही मुनी होत नाही... वस्त्रे बदलली, भगवी वस्त्रे धारण केली तर कुणी तपस्वी बनत नाही... मनुष्य हा समानतेमुळे संन्यासी बनतो, ब्रह्मचर्यामुळे साधू बनतो, ज्ञानामुळे मुनी आणि तपस्येमुळे तपस्वी बनतो. माझ्या आज्ञेनुसार चालणाराच माझी भक्ती करू शकतो.'

❑❑❑

२६

प्रश्नोत्तरांच्या माध्यमातून महावीरांचा उपदेश

भगवान महावीरांनी गृहस्थांना 'श्रावक' हा शब्द दिला. श्रावक आणि श्राविका म्हणजे जे गृहस्थाश्रमात राहूनही महावीरांच्या उपदेशांचे पालन करतात.

श्रेष्ठ कोण ?

भिक्षू आणि गृहस्थ यांच्यामध्ये श्रेष्ठ कोण, असा प्रश्न एकदा भगवान महावीरांना विचारला. यावर त्यांनी उत्तर दिले, 'साधूही श्रेष्ठ नाही आणि गृहस्थही श्रेष्ठ नाही. दोघांमध्ये 'संयम' श्रेष्ठ आहे. साधू बनून कुणी संयमी राहू शकत नाही; पण गृहस्थ बनून कुणी संयमामध्ये राहू शकत असेल, तर तो सर्वात श्रेष्ठ आहे.'

शाश्वत धर्म कोणता आहे? असा प्रश्न विचारला तेव्हा भगवान महावीरांनी उत्तर दिले, 'अहिंसा हाच शाश्वत धर्म आहे.' याचा अर्थ अहिंसा म्हणजे केवळ हिंसा रोखणे नाही. अहिंसेला गहन अर्थ आहे. अहिंसेचे दुसरे नाव 'खरे प्रेम' हे आहे.

दुःखाचे कारण आणि उपाय

एकदा भगवान महावीरांना कुणी तरी विचारले, 'दुःखाचे कारण काय आहे?' त्यांनी उत्तर दिले, 'प्रमाद म्हणजेच सुस्ती हे दुःखाचे कारण आहे.' मग त्यांना विचारले, 'दुःख कोण भोगते?' तेव्हा त्यांनी सांगितले, 'जीव दुःख भोगतो.' त्यावर विचारले गेले, 'या दुःखाचा अंत कोण करतो?' भगवान महावीरांनी उत्तर दिले, 'जीव म्हणजे आत्माच याचा अंत

करतो.' मग त्यांना प्रश्न विचारला, 'दुःखाचा अंत कसा होईल?' 'सुस्तीला पळवून दुःखाचा अंत होईल. जे सुस्त आहेत त्यांनाच भय असते. जे चुस्त आहेत त्यांना कधी भीती नसते. ज्ञानप्राप्तीमध्ये सर्वात मोठी बाधा सुस्ती हीच आहे.'

संसारी आणि संन्यासी यांच्यामध्ये उच्च कोण आहे?

एक दिवस भगवान महावीरांना त्यांच्या एका शिष्याने प्रश्न विचारला, 'संसारी आणि संन्यासी यांच्यापैकी कोणता मनुष्य उच्च श्रेणीचा असतो?'

यावर भगवान महावीरांनी उत्तर दिले, 'दोघांचे स्वतःवर किती नियंत्रण आहे यावर त्या दोघांपैकी उच्च कोण याचा निर्णय अवलंबून आहे. स्वतःवर नियंत्रण ठेवण्याची आणि नियंत्रणाचा योग्य प्रकारे उपयोग करण्याची शक्ती ज्याच्यामध्ये आहे तोच मनुष्य उच्च आहे. यासाठी आपल्या कर्मांवर नियंत्रण ठेवायला शिका. पूर्वी केलेल्या पापांकरिता तपस्या करा आणि ही गोष्ट इतरांनाही शिकवा. आपल्या कर्मांवर ताबा मिळवण्यासाठी कोणत्याही प्राण्याला मारू नका, त्याचा छळ करू नका. ज्या लोकांना आपण निम्न जातीचा समजतो, त्यांच्याशीदेखील योग्य प्रकारे वागा. कुणाशीही भांडण करू नका. इतरांना चिडवणे, त्यांना कमी लेखणे आणि त्यांच्यावर आरोप करणे या गोष्टी पूर्णपणे बंद करा. या आणि अशा चुकीच्या गोष्टींपासून स्वतःचा बचाव करण्यासाठीच स्वतःवर नियंत्रण असण्याची आवश्यकता आहे. आत्मनियंत्रणाचा गुण प्राप्त केलेला, प्रेमळ असणारा आणि इतरांना सहजपणे माफ करू शकणाराच उच्च आहे.'

भगवान महावीरांच्या शिष्यांनी त्यांच्या या उपदेशाचे एकचित्ताने श्रवण केले. शिवाय त्याचे अनुकरणही केले. भगवान महावीरांनी आपल्या शिष्यांना सातत्याने क्षमा करण्याची प्रेरणा दिली. इतरांना क्षमा करणारा मनुष्य हा प्रत्यक्षात स्वतःवरच उपकार करतो. क्षमा केल्यामुळे मनुष्य तिरस्काराच्या अग्नीपासून स्वतःचाच बचाव करतो. द्वेष आणि तिरस्कार यामुळे समोरच्या मनुष्याला कमी आणि तो करणाऱ्यालाच जास्त त्रास होतो.

महावीरांचा खरा परिवार

महावीर आपल्या कुटुंबापासून दूर एकटेच आपल्या तपस्येमध्ये तल्लीन असत. अशा वेळी त्यांना प्रश्न विचारला गेला, 'आपण एकटे राहता की कुटुंबासह?' यावर महावीरांनी उत्तर दिले, 'माझा संपूर्ण परिवार माझ्या सोबतच आहे.' तेव्हा आश्चर्याने त्यांना विचारले, 'आपला परिवार कुठे आहे? आपण तर एकटेच आहात.' यावर महावीर म्हणाले, 'ते कुटुंब तुम्हांला कसे दिसणार? त्यासाठी ज्ञानचक्षूंची आवश्यकता आहे. कारण ध्यान माझे पिता आहेत, अहिंसा माझी माता, ब्रह्मचर्य माझा भाऊ, तर अनासक्ती माझी बहीण आहे. शांती माझी पत्नी असून सत्य माझा मित्र आहे. हा सगळा माझा परिवार आहे; मी एकटा कसा?'

उच्च–नीच हा भेद करू नका, अहंकार नष्ट करा

महावीर सर्व जिवांना आणि मनुष्यांना समान मानत. त्यांनी कधीही कुणाच्याही बाबतीत भेदभाव केला नाही. उच्च-नीच, स्पृश्य-अस्पृश्य, जात-पात या गोष्टी त्यांनी कधीही मानल्या नाहीत. सत्याचा प्रसार करताना त्यांनी शूद्र, दास, चंडाल जातीच्या लोकांनाही ज्ञानदान केले, त्यांना दीक्षित केले. सर्व जातीतील लोकांना त्यांनी ब्राह्मणांसारखाच आदर, सन्मान दिला.

महावीरांच्या संघामध्ये सर्व प्रकारच्या जातिगोत्राचे लोक संघटित झाले. लोक यासंबंधी काही प्रश्न करत तेव्हा महावीर त्यांना समजावून सांगत. एकदा काही साधूंनी महावीरांवर आरोप लावला. ते म्हणाले, 'महावीर दुटप्पी बोलतात. त्यांच्या बोलण्यात आणि आचरणात फरक आहे.' साधूंच्या या दृष्टिकोणाबद्दल जेव्हा महावीरांना समजले, तेव्हा त्यांनी साधूंना बोलावून विचारले, 'तुम्ही कधी सापाची चामडी बघितली आहे का?' साधू म्हणाले, 'हो, पाहिली आहे.' 'तुम्ही सापाला कात टाकताना पाहिले आहे का?' त्यावरही साधूंनी होकारार्थी उत्तर दिले. मग महावीरांनी विचारले, 'ही कात टाकल्यानंतर काय होते? त्याने जर कातच टाकली नाही तर काय होईल?' सगळ्या शंकेखोर साधूंनी सांगितले, 'कात जर टाकलीच नाही तर सापाला दिसणार नाही. तो आंधळा होईल.' यावर महावीरांनी विचारले, 'मग कात बाजूला केल्यावर काय होते?' 'सापाला दिसू लागते.' त्या साधूंनी उत्तर दिले.

तेव्हा महावीरांनी त्यांना समजावून सांगितले, 'गोत्र हेदेखील मनुष्याच्या शरीरावर एखाद्या कातेप्रमाणे आहे. त्याच्यापासून सुटका केल्यानंतरच मनुष्य योग्य दृष्टिकोणातून बघू शकतो. सापाचे चामडे जुने होते, तेव्हा तो आंधळा होतो. आणि जुनी कातडी सोडून देतो, तेव्हा त्याला पुन्हा दिसू लागते. तशाच प्रकारे मनुष्यावरही अहंकाराची जुनी चामडी जमा झाली आहे. ज्यामुळे सत्य दिसणे आपोआपच बंद होते. मनुष्य नेहमी स्वत:बद्दलच विचार करतो, बोलतो. जोपर्यंत तो अहंकाराच्या चामड्यात गुरफटलेला असतो तोपर्यंत अंध असतो. जेव्हा तो आपला अहंकार दूर करतो म्हणजेच जुने चामडे सोडतो, तेव्हा त्याला सत्य स्वच्छपणे दिसू लागते. या सांगण्यामध्ये माझा संदेश आहे, मनुष्य जोपर्यंत पूर्वग्रहांची चामडी दूर करत नाही, तोपर्यंत सापाप्रमाणे अंधच राहतो.' भगवान महावीरांचे हे वचन ऐकून साधू ओशाळले आणि तिथून निघून गेले.

अशा प्रकारे या छोट्याशा उदाहरणातून धारणांमुळे मनुष्य अंध कसा बनतो, हे भगवान महावीरांनी सगळ्यांना समजावले.

उपासनेचे कोणते लाभ असतात?

भगवान महावीर आणि त्यांचे शिष्य गौतम यांच्यातील प्रश्नोपनिषद.

गौतम : संन्यासांनी उपासना केल्यामुळे त्यांना कोणते लाभ मिळतात?

महावीर : उपासनेमुळे संन्याशांना सत्य श्रवण करायला मिळते, सत्यावर मनन होते.

गौतम : सत्य श्रवण केल्यामुळे कोणता लाभ होतो?

महावीर : ज्ञानप्राप्ती होते.

गौतम : ज्ञानामुळे काय होते?

महावीर : ज्ञानामुळे विज्ञान म्हणजेच विवेक जागृत होतो.

गौतम : यामुळे कोणता लाभ होतो?

महावीर : यामुळे आत्मा आणि शरीर वेगवेगळे आहेत, हे समजते. म्हणजे चेतन आणि अचेतन यांचे स्वरूप स्पष्टपणे लक्षात येते.

गौतम : त्यामुळे काय होते?

महावीर : संयम प्राप्त होतो.

गौतम : संयमामुळे कोणते लाभ होतात?

महावीर : चेतन आणि अचेतन यांच्या दरम्यान असणारी आसक्ती नाहीशी होते.

गौतम : त्यामुळे काय होते?

महावीर : तप करण्याची क्षमता विकसित होते.

गौतम : या क्षमतेमुळे कोणता लाभ होतो?

महावीर : संग्रहित कर्मांचा मळ समाप्त होतो. कर्मांचा मळ म्हणजे चुकीच्या वृत्ती, सवयी नष्ट होतात.

गौतम : कर्मांचा मळ समाप्त झाल्यामुळे कोणता लाभ होतो?

महावीर : यामुळे चंचलता समाप्त होते. म्हणजेच मायेचे आकर्षण नाहीसे होते.

गौतम : चंचलता समाप्त झाल्यावर काय लाभ होतो?

महावीर : चंचलता समाप्त झाल्यावर मनावर विजय मिळवून देणाऱ्या सिद्धी प्राप्त होतात.

भगवान महावीरांचे महानिर्वाण

भगवान महावीरांनी तीस वर्षे सत्याचा प्रसार केला. तीस वर्षांची तपस्या महावीरांसाठी सहज होती. कारण त्यांना सत्य जाणण्याची आत्यंतिक ओढ होती आणि तीव्र तृष्णेमुळे प्रत्येक प्रयत्न हा सहज होतो.

महावीर आपल्या शेवटच्या दिवसांमध्ये चार महिने पावापुरीला राहिले. त्या वेळी त्यांचे वय ७२ वर्षांचे होते. त्यांनी ३० वर्षे वेगवेगळ्या शहरांमध्ये यात्रा केली. त्यांनी बनवलेला

संघ सत्यप्रसाराचेच काम करत होता. हजारो भक्त आणि भिक्षू त्यांच्या शिकवणुकीचा प्रसार करत होते.

इसवी सन पूर्व ५२७ या वर्षी पावापुरीमध्ये त्यांना वाटले, की त्यांची जाण्याची वेळ आली आहे. कार्तिक महिन्याच्या मध्य रात्री ते समाधीमध्ये गेले. त्यांचा भक्तसमुदाय त्यांच्याकडे पाहत होता. ते अत्यंत शांत होते. त्यांच्या आतमध्ये कोणत्याही प्रकारची व्याकूळता नव्हती. त्यांचे संपूर्ण ध्यान अंतरंगात केंद्रित होते. या समाधी अवस्थेत त्यांनी महानिर्वाण प्राप्त केले. भगवान महावीरांच्या निर्वाणामुळे त्यांचे भक्त अत्यंत दु:खी झाले. एका महान चोविसाव्या तीर्थंकरांच्या शरीराचा जरी अंत झाला होता, तरीही त्यांचा उपदेश आजही जिवंत आहे.

❑❑❑

२७

कैवल्य अवस्था

भीती, लोभ आणि रज-तम-सत यांच्या पलीकडे

कैवल्य अवस्था म्हणजे नेमके काय? हा प्रश्न शेवटी शिल्लक राहतोच. कैवल्य ज्ञानासंबंधी शब्दांमध्ये सविस्तर सांगता येणार नाही. मात्र, सांकेतिक पद्धतीने कथन करता येईल. भगवान महावीरांना कैवल्य अवस्था प्राप्त झाली म्हणजे नेमके काय घडले? यासंबंधी उपमेच्या (काल्पनिक कहाणीच्या) माध्यमातून समजून घेता येईल.

एक मनुष्य आपल्या ऑफिसमध्ये आहे. त्याचे ऑफिस जरा वेगळ्या प्रकारचे आहे. या ऑफिसला चारही बाजूंना भिंतींऐवजी पांढऱ्या रंगाचे पडदे आहेत. तर या पडद्यांनी वेढलेल्या ऑफिसमध्ये तो मनुष्य बसला आहे. त्याचे शरीर विकृत आहे. त्याचा एक कान मोठा असून दुसरा छोटा आहे. शिवाय एक खांदा वरती आहे तर दुसरा वाकलेला. त्याच्या पाठीला कुबडदेखील आहे. त्याच्या समोर एक टेबल आहे. त्या टेबलाला सहा कप्पे आहेत. प्रत्येक कप्प्यामध्ये काही ना काही वस्तू ठेवलेली आहे. शिवाय टेबलावर फोनदेखील आहे.

ऑफिसमधील पांढऱ्या शुभ्र पडद्यांमध्ये चारही बाजूंना काही बल्ब लावले आहेत. हे बल्ब अधूनमधून वेगवेगळ्या क्रमाने विझतात-पेटतात. बल्ब विझल्याने-पेटल्याने त्या पडद्यांवर सावल्यांच्या रूपात काही आकृत्या

तयार होतात.

आता तो मनुष्य टेबलाचा पहिला कप्पा उघडतो तेव्हा पडद्यावर एक भयंकर आकृती तयार होते. ती आकृती पाहून तो मनुष्य घाबरतो आणि ताबडतोब पोलिसांना फोन करतो. आपल्यावर हल्ला होण्याची भीती तो पोलिसांकडे व्यक्त करतो. नंतर तो वॉचमनला इंटरकॉमवरून त्याची सुरक्षा वाढवायला सांगतो. अशा प्रकारे ही एक घटना घडते.

त्यानंतर त्या मनुष्याला ऑफिसचे काम पूर्ण करण्याची आठवण होते. म्हणून तो दुसरा कप्पा उघडतो. तेव्हा काही वेगळे दिवे पेटतात. आता आपल्या लक्षात आले असेल, की बल्ब आणि टेबलाचे सहा कप्पे यांच्यात काहीतरी संबंध आहे. दुसरा कप्पा उघडताच आणखी काही बल्ब पेटतात आणि पडद्यावर सिंहाची आकृती तयार होते. ती आकृती पाहिल्यावर त्याच्या मनात काही वेगळेच विचार येतात. या विचारांनी उत्तेजित होऊन तो आपल्या वरिष्ठांना फोन करून कळवतो, 'काही दिवसांमध्ये सीईओची पोस्ट रिकामी होणार आहे. त्या पदावर माझी नेमणूक व्हावी, अशी माझी इच्छा आहे. इथून पुढे रिक्त होणाऱ्या प्रत्येक पदासाठी फक्त माझ्याच नावाचा विचार केला जावा' असे म्हणून तो फोन ठेवून देतो.

यानंतर तो तिसरा कप्पा उघडतो. आता त्याला पडद्यावर ताजमहालाची आकृती तयार होताना दिसते. ती बघितल्यावर त्याच्या आतमध्ये काही वेगळेच विचार निर्माण होतात. तो फोन उचलतो आणि एका पर्यटन कंपनीच्या एजंटला फोन करतो. 'मला अमुकअमुक ठिकाणी फिरायला जायचे आहे. त्यासाठी आपल्याकडे कोणकोणती पॅकेजेस आहेत?' ट्रॅव्हल एजन्सीचे लोक त्याला वेगवेगवेगळ्या पॅकेजेसची माहिती देतात. त्यानुसार काही औपचारिकता पूर्ण करून तो फोन ठेवून देतो.

यानंतर तो चौथा कप्पा उघडतो. तिथे एक ट्रॉफी ठेवलेली त्याला दिसते. पडद्यावर ट्रॉफीची आकृती दिसताच त्याला काही नवीन विचार येतात. त्यानंतर तो आपल्या कंपनीतील सहकाऱ्यांना फोन करून सांगतो, 'अमुक काम मी केले आहे तर त्याचे श्रेय दुसऱ्या कुणाला का दिले जात आहे? ते मलाच मिळायला हवे. या चांगल्या कामासाठी जी ट्रॉफी दुसऱ्यांना दिली तीदेखील मलाच हवी.' अशा प्रकारे तो कितीतरी लोकांशी भांडत राहतो. वेगवेगळ्या तक्रारी करतो आणि नंतर फोन ठेवून देतो.

आता तो टेबलाचा पाचवा खण उघडतो. तिथे एक तराजू असतो. तो बघताच पुन्हा काही लोकांना फोन करून तो त्यांची माफी मागतो.

या पाच खणांबद्दल आपण वाचलेत. या पाच खणांच्या किंवा कप्प्यांच्या माध्यमातून आपल्याला काय सांगितले जात आहे याचा विचार करा. जसे, पहिला कप्पा उघडल्यानंतर पडद्यावर भीतिदायक आकृती आली. म्हणजे त्या मनुष्याला सर्वप्रथम जे दिसले, ते का आणि त्या भीतिदायक आकृत्या कशा तयार झाल्या, हे माहीत नव्हते. वास्तविक वेगवेगळे बल्ब एका विशिष्ट क्रमाने पेटल्यामुळे पडद्यावर सावली पडली आणि त्यातून भीतिदायक आकृती तयार झाली.

जसे, आपण एखाद्या मनुष्याला एका जागी बसवून चारही बाजूंनी वेगवेगळे बल्ब लावले तर विविध आकृत्या तयार होतील. एका कोपऱ्यातून प्रकाश आल्यामुळे वेगळी आकृती बनेल. ती पुढून वेगळी दिसेल आणि पाठीमागून निराळी दिसेल. अशाच प्रकारे त्या मनुष्याच्या शरीरात विकृती असल्यामुळे वेगवेगळ्या प्रकारच्या आकृत्या आकार घेतात. आपल्या आतमध्ये जे आहे तेच समोरच्या पडद्यावर दिसते, या गोष्टीची त्या मनुष्याला अजिबात कल्पनाही नव्हती. त्यामुळे इतरांना घाबरण्याची आवश्यकता नाही हे त्याला समजतही नाही. पडद्यावरची आकृती पाहून त्याने ताबडतोब पोलिसांना, वॉचमॅनला फोन केला आणि सांगितले, 'माझ्या जिवाला धोका आहे. मला संरक्षणाची आवश्यकता आहे.' त्याच्या या बोलण्यावरून त्याच्या आत किती भीती दडली आहे याची कल्पना आपण करू शकता. अशा लोकांचे संपूर्ण आयुष्यच भीतीने व्यापलेले असते. आता हे सहाही कप्पे सविस्तर समजून घेऊ या.

१. भीती

काही सांप्रदायिक लोकांना नरकाची अवाजवी भीती असते. छोट्या-छोट्या गोष्टींमध्ये भीती दाखवली जाते, 'तू अमुक काम केले नाहीस तर नरकात जाशील... आता जर हे काम केले तर थेट स्वर्गात पोहोचशील...' तर कित्येक पंडित-पुजारी असा दावा करतात, की केवळ आमच्याच धर्मातील लोक स्वर्गात जातील आणि बाकीचे नरकात. त्यांच्या या ठाम विधानांसमोर त्या धर्माचे अनुयायीदेखील आपोआपच झुकतात. कारण त्यांच्यासमोर इतर कुठलाही पर्याय नसतो. त्यांना नरकात जाण्याची इच्छा नसल्यामुळे त्यांचे धार्मिक नेते त्यांना जे करायला सांगतात त्यालाच सत्य मानून त्यांची आज्ञा ते विनातक्रार मानत राहतात.

धर्माशी संबंधित अशा बाबींमध्ये कोणतीही समज नसते, भीती मात्र असते. मनुष्यजीवनात धर्माप्रमाणेच कित्येकदा भीतीचा पगडा असल्यामुळे तो एखाद्या कामापासून

आपोआपच दूर होतो. ही भीतीच त्याच्यासाठी अडथळा बनते. जसे, कधी आजारपणाची भीती... कधी पैशांची... कधी भविष्याची... तर कधी, लोक माझ्या बाबतीत काय विचार करतील या गोष्टीची भीती. भीतीचे हे प्रकार मनुष्याच्या जीवनावर परिणाम करतात. परंतु महत्त्वाचा आणि मूलभूत प्रश्न हा आहे, की 'ही भीती येते कुठून? खरोखरच भीती असते का? खरोखरच घाबरण्याची आवश्यकता असते का?'

चित्रपटामध्ये एखादे पात्र सतत घाबरताना आपण पाहतो. अशा वेळी तो का घाबरत आहे, असा विचार आपल्या मनात येतो. कारण आपल्याला संपूर्ण कथा माहीत असते. त्यामुळे आपण दोन्हींही दृष्टिकोणातून पाहतो. त्या पात्राने घाबरण्याची काहीही आवश्यकता नाही, हे आपल्याला ठाऊक असते. प्रत्यक्षात ही अत्यंत सहज अशी अवस्था आहे. आपण पाहता, की चित्रपटात जी पात्रे आहेत ती खूप रडतात. भीतीमुळे ते एकमेकांपासून काहीतरी लपवतात. ती गोष्ट पत्नी पतीला सांगत नाही, तर पतीदेखील पत्नीपासून लपवून ठेवतो. याचप्रमाणे चित्रपटातील कुटुंबातील सदस्य परस्परांपासून सतत काही ना काही लपवून ठेवतात. कुणी कुणाला ब्लॅकमेल करते तर कुणी आणखी एखादी कृती करते. हे सगळे कोणत्या ना कोणत्या भीतीमुळे घडत आहे, हे चित्रपट पाहताना आपल्या लक्षात येते. भीतीमुळे लोक तणावात राहतात आणि दुःख भोगतात.

मग मनुष्याच्या लक्षात येते, की 'मला ज्या प्रकारची भीती वाटत आहे, प्रत्यक्षात ती भीती तशी नाही. माझ्या आतमध्ये काहीतरी दबले आहे ते मला दिसत आहे. तेव्हा मी क्षमासाधना करून त्यातून मुक्त कसे होऊ?' खरे तर आपल्याला सतत भिऊन, दडपणाखाली, घाबरत-घाबरत जगण्याची आवश्यकताच नसते, हे मनुष्याला समजत नाही. त्याच्या अंतरंगातील भीती जेव्हा दूर होईल तेव्हा त्याच्या आतमध्ये असणाऱ्या भीतिदायक आकृत्यादेखील बदलतील.

या उदाहरणातून मिळणारी समज आपल्याला कैवल्य अवस्थेप्रत घेऊन जात आहे. परंतु अडचणींच्या गुंत्यात असणाऱ्या मनुष्याला कैवल्य अवस्थेसंबंधी आतून कोणतीही प्रेरणा मिळत नाही. तेव्हा त्याला प्रश्न पडतो, की 'मी त्या मार्गावरून का जावे? तिथे जाऊन मला काय मिळणार आहे?' त्याला स्वतःच्या अडचणीच खूप मोठ्या वाटत असल्यामुळे त्यांच्यापासून सुटका मिळवण्यासाठी कुणीतरी काहीतरी सांगावे अशी त्याची अपेक्षा असते.

२. लोभ

'दाण्या-दाण्यावर लिहिले आहे खाणाऱ्याचे नाव' असा एक वाक्प्रचार आहे. या वाक्प्रचाराचा मथितार्थ लक्षात घेऊन आपण कोणते विचार खात आहोत आणि त्यामुळे आपल्या बाबतीत काय काय घडत आहे, याचा प्रत्येकाने विचार करायचा आहे.

दुसरा कप्पा उघडताच कथेतील त्या मनुष्याला लोभाचे दर्शन घडले. त्यामध्ये त्याला लोभरूपी सिंहासन दिसले. ते पाहताच सिंहासन काबीज करण्याचे विचार त्याच्या मनात आले. या लालसेपायीच त्याने आपल्या वरिष्ठांना फोन करून सांगितले, की 'तुम्हांला हवी तितकी रक्कम द्यायला मी तयार आहे. फक्त सीईओची पोस्ट मलाच मिळायला हवी.' त्या पदासाठी तो मनुष्य हपापलेला होता आणि आपल्या लोभापोटी तो इतरांना लालूच दाखवत होता. मनुष्य ज्या गोष्टींमध्ये स्वतः गुरफटतो त्याच तो इतरांनादेखील देतो. हा त्याचा स्वभाव आहे. स्वतः स्वार्थी असल्यावर तो इतरांनाही लाच देतो. किंवा स्वतः घाबरलेला असताना इतरांनाही घाबरवतो. कारण इतरांना घाबरवूनच आपले काम पूर्ण होते, अशी त्याला खातरी असते. त्यामुळे स्वर्गाची लालच आणि नरकाची भीती न दाखवताही चांगला मनुष्य बनणे नक्कीच शक्य आहे, असा विचारही तो करू शकत नाही.

सातव्या स्तरावरील समज पृथ्वीवरच प्राप्त करता येते, ही गोष्ट मनुष्याच्या लक्षातही येत नाही. त्याच्या दृष्टीने ही अशक्यप्राय बाब असते. त्यामुळेच तर छोट्या मुलांकडून आपले म्हणणे मान्य करवून घेण्यासाठी मनुष्य साम-दाम-दंड-भेदाचा वापर करतो. कारण त्याच्यासाठी त्याचे म्हणणे पटवण्याचा हा सगळ्यात सोपा मार्ग असतो. या पद्धतीचे सुरुवातीला कदाचित नकारात्मक परिणाम दिसणार नाहीत. परंतु मुलांच्या बाबतीत सातत्याने हीच पद्धत वापरली तर समस्या निर्माण होऊ शकतात. त्यामुळे मुलांबरोबर समजेचा प्लॅटफॉर्म (समजमंच) तयार करा आणि आपले जीवन हे मोहापोटी किंवा भीतीपोटी नव्हे, तर समजेद्वारे संचालित व्हावे हे निश्चित करा. कारण हीच योग्य पद्धत आहे.

जे काही आहे, ते समजेसह घडत आहे. वास्तविकतेचे दर्शन घडल्यामुळे आपल्याला ही समज प्राप्त होते. आजपर्यंत आपल्याला हे दर्शन झाले नव्हते; म्हणून आपण वारंवार पलायन करत होता. सर्व काही दर्शनाचा महिमा आहे. आपल्याला ज्या गोष्टींची आवश्यकता आहे, त्या आपल्या आतमध्ये प्रकट होण्यासाठी आपल्याला संपूर्ण दर्शन करायला हवे. संपूर्ण दर्शनालाच कैवल्य अवस्था म्हणतात. संपूर्ण दर्शन घडल्यानंतर काहीही जोडण्याची किंवा कमी करण्याची आवश्यकताच उरत नाही.

३. रजोगुण

तिसऱ्या खणामध्ये असणारा ताजमहाल त्या मनुष्याच्या आत असणाऱ्या रजोगुणाचे दर्शन घडवतो. मनुष्याला पुढे जाण्यासाठी पाऊल टाकावे लागते किंवा चिंतनासाठी एखादा विचार गरजेचा असतो. अशाच प्रकारे ताजमहाल पाहून त्या मनुष्याचा रजोगुण सक्रिय झाला. ताजमहाल बघितल्यावर त्या मनुष्याला दूरवर फिरायला जाण्याचा विचार आला. त्याने ताबडतोब ट्रॅव्हल एजन्सीला फोन केला. कारण रजोगुण मनुष्याला शांत बसू देत

नाही. म्हणून रजोगुणी मनुष्य सहजपणे ध्यानाला बसू शकत नाही. कारण ध्यानासाठी शांत बसण्याची गरज असते.

ध्यानामध्ये बसण्यासाठी सकाळची किंवा संध्याकाळची वेळ ही सर्वात उत्तम असते. कारण हीच ती वेळ आहे, जेव्हा मनुष्य थोडा शांत असतो. सकाळी झोपेतून जागा झाल्यामुळे तो शांत असतो. तसेच संध्याकाळी आपली कामे वगैरे आटोपल्यामुळे तो निवांत असतो. उरलेल्या वेळात शरीर सक्रिय असल्यामुळे तो ध्यान करण्याचे टाळतोच. परंतु काम करता-करता तासातासाने जसे, एक वाजून एक मिनिटांनी, दोन वाजून दोन मिनिटांनी (३:०३, ४:०४, ५:०५, ६:०६,....) डोळे बंद करून त्याने आपल्या अंतर्यामी डोकावले, तर त्याची आंतरिक अवस्था त्याच्या लक्षात येईल.

बाह्यजगात असणारा कोलाहल, वर्दळ आतमध्येदेखील सुरूच असते. त्या आंतरिक गर्दीकडे दोन मिनिटे पाहा. त्यामध्ये कोणता बदल घडत आहे हे अनुभवा. म्हणजेच आपण असे काय केले, ज्यामुळे वर्दळ शांत होऊ लागली याचे दर्शन करा. यासाठी आपल्याला केवळ डोळे बंद करून ध्यानाच्या अवस्थेत बसायचे आहे. परंतु मनुष्याचा रजोगुण त्याला शांत बसू देत नाही.

४. तमोगुण

यानंतर आपण बघितले, की त्या मनुष्याने आपल्या सहकाऱ्यांना फोन केला. त्यांना सांगितले, 'श्रेय मला मिळायला हवे, ट्रॉफी मला मिळायला हवी.' म्हणजेच तमोगुण हा बसल्या जागीच श्रेय घ्यायला बघतो. याचाच अर्थ, त्या मनुष्यामध्ये हा गुण आहे.

५. सत्त्वगुण

पाचवा कप्पा उघडल्यावर त्या मनुष्याला तराजू दिसला. तराजू हा सत्त्वगुणाचे प्रतिनिधित्व करतो. त्याच्यामुळे संतुलनाला सुरुवात होते. कारण तराजू पाहताच त्या मनुष्याच्या आतमध्ये विचार सुरू झाले, 'हे काय होत आहे, मी काय करत आहे?' वगैरे. हे विचार येताच त्याने क्षमा-प्रार्थना केली. अशा प्रकारे सत्त्वगुणाचा उपयोग झाला.

६. तळघर

शेवटचा सहावा कप्पा उघडल्यावर तिथे कोणतीही सावली प्रकट झाली नाही; तर जमिनीचा एक भाग दूर होऊन तळघराचा मार्ग मोकळा झाला. सहावा कप्पा तळघरात उघडला. तिथे आतमध्ये झिरोचा बल्ब जळत होता. तळघर उघडलेले पाहून तो मनुष्य सरळ तिथे जाऊन बसला.

बल्ब जळत असूनही तळघरात कोणतीही सावली नव्हती. तो मनुष्य तिथेच कैवल्य अवस्थेत बसला. थोड्या वेळानंतर तिथून बाहेर येऊन त्याने फोनचा रिसिव्हर काढून ठेवला आणि तो परत येऊन बसला. आता त्याला पडद्यावर कोकिळा आणि मोर यांची आकृती दिसू लागली. ती बघितल्यावर त्याला विशेष जाणीव झाली. म्हणून त्याने शीळ घालायला सुरुवात केली. यानंतर तो पाचही कप्प्यांशी संबंधित असणाऱ्या सगळ्या गोष्टींपासून मुक्त झाला.

पडद्यावर प्रकट झालेली मोराची आकृती ही प्रेमाचे प्रतिनिधित्व करते. इथे पिकॉकचा अर्थ आहे, 'प्रेमाचा कायदा'; तर कोकिळेची बोली म्हणजे 'कुकू-कुकू' कर्माच्या कायद्याचे प्रतिनिधित्व करते.

तो मनुष्य जेव्हा दुसऱ्यांदा तळघरात बसला तेव्हा त्या अवस्थेत पोहोचला, जिथे त्याला हे स्पष्ट झाले होते, की 'मी कुठे आहे?' या अवस्थेमध्ये त्याला, तो सुरुवातीला कुठे होता, त्याची पृष्ठभूमी कोणती होती आणि आता तो कुठे पोहोचला हे स्पष्ट झाले. पहिल्यांदा त्याने जेव्हा पडद्यावर आकृती तयार होताना बघितली तेव्हा त्यातच गुरफटून त्याने फोन केला होता. कारण त्या वेळी त्याच्या मनात काही विचार चालले होते. त्याच वेळी त्याने त्या विचारांना, सावल्यांचाच भाग मानले असते तर तो कैवल्य अवस्थेमध्येच राहिला असता.

कैवल्य अवस्था

आता प्रश्न हा निर्माण होतो, की ही कैवल्य अवस्था कायम का राहत नाही? कारण बाह्य घटनांमुळे मनुष्याच्या मनात जे विचार येतात त्यांना तो आपलाच एक भाग समजतो. प्रत्यक्षात त्या विचारांनादेखील त्याने त्या घटनेचाच एक हिस्सा समजायला हवे.

जसे, एखाद्याला भीती वाटते, 'आता माझे काय होणार?' तर हा विचारदेखील त्या सावलीचाच एक भाग आहे. कैवल्य अवस्थेतून मनुष्य वारंवार बाहेर येतो कारण त्या अवस्थेचा अभ्यास, सराव त्याने केलेला नसतो. म्हणून भलेही आपल्याला या अवस्थेचा सातत्याने विसर पडला तरीही आपण अभ्यास करत राहा. हा अभ्यास करण्यासाठी आपल्याला घटना आठवाव्या लागतील.

सकाळपासून रात्रीपर्यंत कित्येक घटना घडतात. घटना कोणत्याही प्रकारच्या असल्या तरी प्रत्येक घटनेनंतर ताबडतोब स्वत:ला सांगा, 'या घटनेमध्ये कोणता विचार आला? हा विचारदेखील या घटनेचाच भाग आहे आणि मला या दोघांना बघायचे आहे.' जसे, एखादा मनुष्य आपल्या ऑफिसमध्ये एकटा बसून खूप बोअर झाला आहे. तर इथे बोअरडमचे विचार हे ऑफिसच्या रिक्ततेचाच एक भाग आहेत, त्या मनुष्याचा नाही.

कैवल्य अवस्थेमध्ये स्थापित होण्यासाठी प्रथम आपल्याला 'कैवल्य' या शब्दाचा अर्थ समजून घ्यावा लागेल. आपल्याला हा शब्द खरोखरच आकर्षित करतो का? कित्येकांना हा शब्द खूपच निराशाजनक (डिप्रेसिंग) वाटतो. परंतु जेव्हा ते मुक्त होऊ लागतात, तेव्हा त्यांना त्या अवस्थेचे ज्ञान होते. कैवल्य अवस्था ही मुक्तीची अवस्था आहे. जिथे मनुष्य मुक्त होतो, मुक्तीचा आनंद प्राप्त करतो.

प्रत्येक घटनेनंतर आपल्याला ताबडतोब आठवेल, की या घटनेच्या माध्यमातून आलेला विचार हा आपला नसून तो घटनेचाच एक भाग आहे, तेव्हा आपल्याला कैवल्य अवस्थेत राहणे शक्य होईल. घटनेमध्ये कोणताही बदल झाला, सावलीमधून कोणतीही आकृती तयार झाली किंवा बल्ब कसाही, कोणत्याही क्रमाने पेटला तरी आपल्या जीवनात प्रेमाचा न्यायच काम करताना दिसेल.

याच प्रकारे कथेतील मनुष्य कैवल्य अवस्थेचा अनुभव घेऊन तळघरातून जेव्हा बाहेर आला तेव्हा त्याच्या बाबतीतही एक आश्चर्यकारक गोष्ट घडली. त्याच्या कानांचे आकार योग्य झाले. खांदे जागच्या जागी आले आणि कुबडही गायब झाले. मनुष्य ध्यानात बसतो त्या वेळी काय घडते याची त्याला कल्पना नसते. अशाच प्रकारे समाधी अवस्थेमध्ये बसल्यानंतर घडणाऱ्या गोष्टींची त्याला कल्पना नसते. आता आपल्या लक्षात आले असेल, की तळघरात नेमके काय झाले? खरे तर तळघरात हिलिंग सुरू असते. उपचार होतात. कैवल्य अवस्थेत बसल्यानंतर झिरोचे बल्ब पेटलेले अनंत, असंख्य कप्पे दिसू लागतील. यालाच मुक्तीची अवस्था म्हटले आहे. 'मी कुठे आहे, (Where am I?) माझी पृष्ठभूमी काय आहे, कोणते पडदे सक्रिय झाले आहेत, हे सर्व माझ्या बाबतीत घडत आहे का?' या प्रश्नांवर मनन केले तर आपल्याला कैवल्य अवस्था प्राप्त करता येईल.

❑❑❑

२८

एकासमीप, चारपासून दूर

अशकारी आणि शिकारी

एका खूप मोठ्या घनदाट जंगलात अशकारी लोक राहत होते. अशकारी लोकांना त्यांच्या गुरूंनी साधना आणि तप शिकवले होते. तपसामर्थ्यामुळे त्यांना इतकी ऊर्जा मिळायची, की पोट भरण्यासाठी त्यांना कधीही जंगलातील जनावरांना मारण्याची गरज पडत नसे. त्या ऊर्जेच्या ताकदीवरच ते आपल्या मुलांचे पालनपोषण करत. तपोबलाच्या आधारे ते साधना शिकले आणि आत्मबळाने त्यांनी ऊर्जा प्राप्त केली. यामुळे निसर्गाची पाच तत्त्वे त्यांना साहाय्यक ठरली.

ही कथा भलेही काल्पनिक असेल. परंतु त्यातील संदेशातून भगवान महावीरांचे जीवन आणि त्यांचे उपदेश समजण्यासाठी मदत होईल.

जंगलामध्ये अशकारी लोक आनंदाने राहत होते. ते निसर्गाच्या सान्निध्यात, झऱ्याकाठी तप करत. या नैसर्गिक वातावरणात चारही बाजूंना बेशर्त प्रेम, आनंद आणि मौन यांची लयलूट होती. अशकारी मुलांचे संगोपनदेखील नैसर्गिक वातावरणातच घडत होते. गर्भसंस्कारापासून अन्य सर्व संस्कारांमुळे ती मुले स्वावलंबी बनत होती.

एके दिवशी अचानक शिकारी जातीच्या लोकांनी जंगलात प्रवेश केला. जनावरांची आणि पशुपक्ष्यांची शिकार करणे हेच यांचे काम होते. अशकारी लोकांच्या अगदी उलट शिकारी लोक जनावर मारून आपले पोट भरत. मांस, दारू यांच्याशिवाय ते राहू शकत नव्हते. स्वादिष्ट, चटकदार अन्न खाणे ही इंद्रिये ताब्यात नसलेल्या मनुष्याची प्रवृत्ती आहे. शिकारींच्या बाबतीतही हेच घडले. दररोज वेगवेगळ्या चवीचे मांस खाऊन ते जगत होते. पण सततच्या शिकारीमुळे त्या जंगलातील जनावरे बघता-बघता कमी होऊ लागली.

आता जंगलामध्ये अशकारी आणि शिकारी अशा दोन जातींचे लोक राहत होते.

पुढे शिकारी जातीची मुले, अशकारी जातीच्या मुलांना भेटतात. त्यांच्यात गप्पाटप्पा होतात. या दृश्यामुळे जंगलातील वातावरणात घडणारा बदल समोर येतो. वातावरणात काही दूषित तरंगांचा प्रवेश होतो. या तरंगांचा परिणाम हळूहळू जाणवू लागतो.

मनुष्य ज्या वातावरणात राहतो, त्याच्यासाठी तेच संपूर्ण जग बनते. यामुळेच तो आपल्या परीघापलीकडे जाऊन विचार करू शकत नाही. त्याची बुद्धी तीव्र नसल्याने तो या सगळ्यांचा विचार करू शकत नाही. कारण 'बुद्धीला अंतर्मनापर्यंत पोहोचण्यासाठी एकाग्रतेची ऊर्जा आवश्यक असते आणि मनुष्याकडे नेमकी ती ऊर्जा नसते.' दैनंदिन जीवनात सातत्याने येणाऱ्या विचारांशी तो आसक्त होतो. त्यांच्याशी लढता-लढता इतका थकून जातो, की त्यापलीकडे काही विचारच करू शकत नाही. आंतरिक सखोलता गाठण्यासाठी मनुष्याला एका वेगळ्याच ऊर्जेची आवश्यकता असते.

आता त्या जंगलातील आध्यात्मिक वातावरणाला ओहोटी लागली आणि शिकारी लोकांना जास्तीत जास्त आनंद मिळेल असे वातावरण तिथे तयार होऊ लागले. साहजिकच तेथील मुलांवर शिकाऱ्यांच्याच विचारांचा प्रभाव पडला. तिथे वाढणारी, मोठी होणारी मुले हेच शिकली, की जो शिकारी असतो, तोच सदैव आनंदी राहतो. कारण तो खातो-पितो, मजा करतो. याउलट, तप-साधनेमुळे शरीराला फक्त कष्ट सहन करावे लागतात आणि त्यातून काहीही प्राप्त होत नाही.

वास्तविक काळच सांगतो, की तप करणाऱ्यांचा आनंद हा हळूहळू वाढतच जातो. तप न करणारे मजेत जगतात असे वाटेलही. परंतु वास्तव हे आहे, की त्यांचे दुःख काळाबरोबर वाढतच जाते. हळूहळू ते आपल्याच लोकांना त्रास देतात. आतापर्यंत ते ज्यांच्याबरोबर राहिलेले असतात, त्यांचीच शिकार करतात.

काही दिवसांनंतर अशकारी लोकांच्या गुरूंचा देहान्त झाला. त्यानंतर परिस्थिती अधिकच बिकट बनली. कारण आता गुरू मरणोत्तर जीवनातून ('पार्ट टू'मधून) मार्गदर्शन करत होते. तप करणाऱ्या ज्या लोकांना आधी गुरूंचे प्रत्यक्ष मार्गदर्शन मिळत होते, त्यांना ते मार्गदर्शन आता 'पार्ट टू'मधून मिळू लागले. त्यांच्यापैकी निम्म्या लोकांना गुरूंच्या मार्गदर्शनाचा लाभ घेता येत नव्हता. कारण 'पार्ट टू'मधून मिळणारे मार्गदर्शन अत्यंत सूक्ष्म, तरल पातळीवर असते. ते ग्रहण करण्यासाठी जास्तीत जास्त संवेदनशीलता, अधिकाधिक ग्रहणशीलता आणि पूर्ण एकाग्रतेची आवश्यकता असते. त्याचबरोबर मनाला आणि इंद्रियांनादेखील अधिकाधिक प्रशिक्षित करण्याची आवश्यकता असते.

या कथेमध्ये, ज्यांना गुरूंकडून 'पार्ट टू'मधून मिळणारे मार्गदर्शन ग्रहण करता आले नाही ते लोक इतरांपासून जरा बाजूला पडले. आता त्यांना अप्रत्यक्षरीत्या दुसऱ्यांकडून किंवा संघाकडून मार्गदर्शन मिळू लागले. परंतु नुकसान होण्याची सुरुवात तर झाली होती. नवीन पिढीतील अशकारी मुले हळूहळू शिकारी मुलांमध्ये वावरू लागली. कारण त्यांना शिकारी मुलांच्या काही गोष्टी खूप आवडायच्या. जसे शिकारी लोकांच्या शरीरावर टॅटूज काढले होते. ते पाहून मुलांना वाटायचं, 'या टॅटूजमुळे हे लोक किती छान दिसतात... आपल्यालाही असे काहीतरी करायला हवं.'

युवा पिढीवर कोणतीही जबाबदारी नसल्यामुळे त्यांना प्रत्येक बाबतीत काही ना काही कमतरता, उणिवा जाणवायच्या. आतापर्यंत त्यांना आपल्या वडिलधाऱ्यांच्या तपामधून, त्यांच्या बळामधून ऊर्जा मिळत होती. ही ऊर्जा अर्जित करण्यासाठी त्यांना स्वतःला कोणतेही काम करावे लागत नव्हते. त्यांना सगळे काही मोफत मिळत होते. म्हणूनच जबाबदारी घेण्याची भावना त्यांच्यात येत नव्हती. वास्तविक जबाबदारी उचलल्यानंतर त्या मनुष्याने एखाद्या गोष्टीला चुकीचे म्हटले तर त्याच्या बोलण्यात तथ्य आहे असे मानता येईल. परंतु कोणतीही जबाबदारी घेतल्याशिवायच जर कुणी त्रुटी काढत असेल आणि म्हणत असेल, की 'अमुक नियम चुकीचा आहे, अमुक पद्धतीत खोट आहे' तर त्याला, 'अगोदर तू जबाबदारी घे. त्यानंतर कोणता नियम आवश्यक आहे आणि कोणता चुकीचा हे सांग.' हेच सांगितले जाईल.

जबाबदारी घेणे म्हणजे कार्यातून परिणाम साधणे. अशकारींच्या नवीन पिढीवर कोणतीही जबाबदारी नव्हती. शिवाय त्यांच्यासमोर शिकारींच्या संस्कृतीचा आदर्श होता. त्या संस्कृतीकडे ते आकर्षित झाले. शिकार करण्याच्या

अस्थायी उत्तेजनेशिवाय शिकारीमध्ये काहीही मिळत नाही. असे म्हणतात, 'शिकार करणे हा राजे-महाराजांचा शौक होता.' कारण राज्यकारभाराशिवाय मिळणाऱ्या रिकाम्या वेळात त्यांना शिकारीचा ओढा असे. शिकार केल्यामुळे त्यांना उत्तेजना जाणवत असे आणि त्यांचा कंटाळा दूर होई. आता अशकारींनादेखील शिकारी बनण्याची इच्छा होऊ लागली. कारण तपसाधनेचे कार्य त्यांना कंटाळवाणे वाटू लागले. ते अशकारींच्या जीवनमार्गावरून दूर होत शिकारीच्या मार्गाने जाऊ लागले. आता आपणदेखील अशकारी न राहता शिकारी बनणार असे त्यांना वाटू लागले. अगदी तसेच, जसे एका धर्माच्या लोकांना बलपूर्वक दुसऱ्या धर्मात रूपांतरित केले जाते.

लोकांमध्ये अशाच प्रकारे बदल घडत राहतात. परंतु त्यांना हे दिसत नाही, की ते जे काही बनले आहेत त्यामुळे ते जबाबदार झालेले नाहीत. आपण जे कार्य करत आहात, ते योग्य समज बाळगून करा. आपण जे काही करत आहात, त्याला समजेची जोड दिली तर आपल्याला सगळे काही आपोआपच स्पष्टपणे दिसेल.

समज प्राप्त करून मनुष्याने स्वावलंबी बनायला हवे. स्वावलंबी बनण्यासाठी आपल्याला सुरुवातीला तप करावे लागेल. सुरुवातीला आपण जे काही प्रयत्न कराल ते आपल्याला तपाप्रमाणेच वाटतील. यासाठी इथे 'तप' हा शब्द वापरला आहे. परंतु त्यानंतर आपल्याच लक्षात येईल, की ही तर अगदीच सरळ, साधी, सोपी गोष्ट आहे. हे सामान्य ज्ञान (कॉमन सेन्स) आहे. जसे, आपण वापरता त्या यंत्राची योग्य काळजी घेणे म्हणजे कॉमन सेन्स आहे. शिंपी कापड कापतो, तेव्हा त्याच्या कातरीला धार असायला हवी हा कॉमन सेन्स आहे, ते कोणतेही तप नाही.

इथे कातरीचा अर्थ आहे आपले शरीर. शिंपी जितक्या सराईतपणे कातरी चालवतो तसाच उपयोग आपणही आपल्या शरीराचा करत आहात. सगळे विचार या शरीराच्या आतमध्येच आहेत. मग ते चांगले असो अथवा वाईट!

अशकारी आणि शिकारी यांच्या कथेत अशकारींचे तपोबल कमी होत चालले. त्यांच्यात निम्म्यापेक्षा जास्त लोक तर मार्गदर्शन ग्रहणही करू शकत नव्हते आणि समजा केले तर ते अर्धवटच! त्यामुळेच त्यांचे नुकसान होत गेले. आणि हळूहळू जंगलातील दृश्यच बदलले. आता तर अशकारी मुलेदेखील शिकारी बनली. वारंवार शिकार होत राहिल्यामुळे जंगलातील जनावरांची संख्या इतकी कमी झाली, की लोक मनुष्याचीच शिकार करून त्यांना खाऊ लागले. हे शिकारी रात्रीदेखील एखाद्या झोपलेल्या मनुष्यावर किंवा तपस्वीवर हल्ला करून त्यांची शिकार करत. स्थिर असणाऱ्या किंवा मार्गदर्शनाचा

लाभ घेऊ शकणाऱ्या लोकांच्या बाबतीत ते काहीही करू शकत नव्हते. कारण त्यांच्या ऊर्जेची ताकदच इतकी तीव्र होती, की शिकारी त्यांच्या जवळसुद्धा जाऊ शकत नव्हते. परंतु ज्ञानाने अपरिपक्व आणि अशकारी न बनलेले लोक हळूहळू मारले गेले. अशा प्रकारे जंगलातील शिकारींची संख्या सतत वाढत राहिली आणि जनावरे हळूहळू नाहीशी झाली.

या दृश्याचे वर्णन वाचून आपल्याला काही आठवले का? वास्तविक हे दृश्य आपल्या सांसारिक जीवनापेक्षा वेगळे नाही. आपल्या सांसारिक जीवनात जे घडत आहे तेच इथेदेखील सुरू आहे. आता मुख्य प्रश्न हा आहे, की विश्वाच्या या दृश्यामध्ये आपण कुठे आहात? आपण स्वत:लाच विचारायचे आहे, की 'यासंबंधी माझा निर्णय कोणता असेल आणि माझ्या गुरूंनी मला कोणते मार्गदर्शन केले होते? जी माणसे अनंत संकटांतूनही सुखरूपपणे बाहेर पडली, ती प्रत्यक्षात कोणत्या मार्गदर्शनानुसार वागत होती?' प्रत्यक्षात ते मार्गदर्शन होते, 'एकाच्या जवळ, चारपासून दूर' म्हणजे एकासमीप आणि चारपासून लांब राहा.

त्या जंगलातून जनावरे नाहीशी होऊ लागल्यामुळे सगळे शिकारी वेगवेगळ्या जंगलांमध्ये विखुरले. बघता-बघता त्यांनी संपूर्ण पृथ्वीवर कब्जा केला. आता पृथ्वीच्या चारही बाजूंना शिकारीच शिकारी झाले आणि अशकारी कमी होत गेले. इथे अशकारी या शब्दाचा अर्थ आहे, हिंसेपासून मुक्त झालेले लोक.

अशकारी आणि शिकारी या उदाहरणात त्या जंगलातील सगळी जनावरे नष्ट होत गेली. परंतु तरीदेखील तिथे शिकारी लोकांना ही समज आली नाही, की सगळ्या जनावरांना मारता-मारता त्यांनी स्वत:लाच ठार मारले आहे. जनावरेदेखील त्याच निसर्गाचा एक भाग आहेत, ज्या निसर्गाचा ते स्वत: एक हिस्सा आहेत, ही समज त्यांना नव्हती. अशा प्रकारच्या गोष्टी समजण्यासाठी मनुष्याला वेळ लागतो. अनेकदा या गोष्टी मृत्यूनंतर सूक्ष्म जगात त्याला समजतात. मग त्याला जाणवते, की निसर्गाचा प्रत्येक घटक, प्रत्येक सदस्य हा परस्परांवर अवलंबून आहे. रोपे-झाडे, छोटे-मोठे जीव, जंतू आणि पशू-पक्षी, सगळे एकमेकांवर अवलंबून आहेत. सगळे एकदुसऱ्यासाठी निमित्त आहेत. म्हणूनच एकाचा नाश केला तर दुसऱ्याचा विनाश अटळ आहे. ही समज शिकारी लोकांना मिळाली तर ते अशकारी बनण्यासाठी नक्कीच प्रवृत्त होतील.

अशकारीचे तपोबल

अशकारी बनण्यासाठी तपोबलाची आवश्यकता आहे. त्यासाठी आपल्याला अहिंसेचे सखोल ज्ञान असायला हवे. कित्येकदा हिंसा घडूनही आपण त्याबाबत अनभिज्ञच राहतो. 'मी कुठे हिंसा करत आहे?' अशा आविर्भावात मनुष्य स्वत:लाच फसवत असतो.

जसे, एकदा दोन माणसे झाडाखाली उभे राहून गप्पा मारत असतात. त्यातील एक

म्हणतो, 'मी तर कधीच कुणाचे मन दुखावत नाही. कुणालाही त्रास देत नाही.' असे म्हणत असतानाच तो दुसरीकडे झाडाचे एक-एक पान तोडत त्यातून काही आवाज काढण्याचा प्रयत्नही करत असतो. पुढे तो सांगतो, 'पानांवर पाने घासून लोक फटाक्यांसारखा आवाज काढतात. मग याला काय हिंसा म्हणायचे?' तीदेखील हिंसाच आहे हे त्या मनुष्याला समजत नाही. कारण त्याच्यामध्ये उच्चस्तरीय सजगता नसल्यामुळे त्याला ही हिंसा दिसत नाही. म्हणूनच आपण इतके सतर्क, सावध असावे की कुठे हिंसा घडत असेल तर ती आपल्याला स्पष्टपणे दिसावी. भलेही संपूर्ण जग त्या गोष्टीला हिंसा मानो अथवा न मानो; परंतु आपल्या उच्चस्तरीय सजगतेमुळे हिंसा किती सूक्ष्म स्तरावर घडत आहे, हे आपण स्पष्टपणे पाहू शकाल.

हिंसा-अहिंसा यांसारख्या शब्दांचा प्रभाव मनुष्यावर अधिकाधिक असतो. म्हणूनच त्या मार्गावरून चालताना आपण ध्येयापर्यंत नक्कीच पोहोचाल. जसे, 'भक्तीच्या मार्गाने जाता-जाता ज्ञान मिळते आणि ज्ञानाच्या मार्गावर चालत असताना भक्ती प्राप्त होते.' त्याचप्रमाणे क्षमा-पथावर चालताना आपल्या आतमध्ये भक्ती आणि प्रेम निर्माण होते. तर प्रेमाच्या मार्गावरून चालत-चालत आपण अहिंसेपर्यंत पोहोचतो.

आपण यांपैकी कोणत्याही शब्दाचा वापर करा. परंतु या सर्व शब्दांच्या माध्यमातून आपल्याला एकच गोष्ट सांगितली जात आहे. ती म्हणजे, 'एकासमीप राहा, चारपासून दूर राहा.' इथे 'एक' शब्दाचा अर्थ अहिंसा हाच आहे.

भगवान महावीरांच्या उपदेशांमध्ये 'एकासमीप राहा' याचा अर्थ हाच आहे, की 'अहिंसेच्या जवळ राहा'. अहिंसा हीच त्यांनी सांगितलेली सर्वात मुख्य शिकवण आहे. 'अहिंसा' शब्द ऐकल्यानंतर त्या शब्दातील गहनता लगेचच लक्षात येत नाही. शून्य टक्के हिंसा ही शंभर टक्के प्रेमाच्या बरोबरीची आहे. असे म्हणतात, की मीरा असो अथवा महावीर, त्यांच्याजवळ शंभर टक्के प्रेमच होते. याचाच अर्थ, त्यांच्यामध्ये हिंसा शून्य टक्के होती.

'मीरा अहिंसेमध्ये होती' असे सांगितले तर कृष्णप्रेमात आकंठ बुडालेल्या मीरेच्या बाबतीत हे सांगितले आहे हा संदर्भ आपल्याला पटकन लक्षात येणार नाही. कारण मीरेचे नाव उच्चारताच फक्त प्रेमाचाच विचार होतो, इतर कोणताही नाही. अशाच प्रकारे जेव्हा महावीरांचे नाव समोर येते तेव्हा लोक ते कधीही प्रेमासोबत जोडू शकत नाही. कारण भगवान महावीरांनी अहिंसेलाच सर्वात मुख्य मानले आहे. त्यांच्या प्रत्येक शिकवणीमध्ये अहिंसेसंबंधी सांगितले आहे. त्यामुळेच महावीरांचे स्मरण होताच अहिंसेची शिकवणच आठवते.

❑❑❑

२९

जैन धर्म

जिन आणि जैन

जैन धर्माचा अर्थ आहे – तीर्थंकरांपासून प्रवर्तित (जागृत) धर्म. भारताच्या श्रमण परंपरेपासून निर्माण असा हा धर्म आणि दर्शन आहे. जैन, जिनचे अनुयायी आहेत. 'जिन' शब्द हा 'जि' धातूपासून तयार झाला. 'जि' म्हणजे जिंकणे, जिंकणारा. ज्याने आपल्या मनाला आपल्या ताब्यात ठेवले आहे असा. ज्याने मनाच्या समस्त इंद्रियांना, वाणी, विचार व कायेला जिंकले आहे तो. हेच वर्णन वेगळ्या शब्दांत असे करता येईल, की 'ज्याने समस्त मानवीय वासनांवर (भोग प्रवृत्तींवर) विजय प्राप्त केला आहे.'

हा धर्म अनेकांतवादी आहे. ते याच समाजात राहतात. इथे एकीकडे असे भिक्षू आहेत, जे याच जन्मामध्ये मोक्ष प्राप्त करण्यासाठी कठोर तप करतात; तर दुसरीकडे असे लोक आहेत जे कठीण तपाचरण इत्यादींना महत्त्व देत नाहीत. त्यांचे मानणे आहे, केवळ चांगली कर्मे करत राहा. ज्यामुळे दुसरा जो जन्म मिळेल, तो वर्तमान जीवनापेक्षा अधिक चांगला असेल. या धर्माच्या अनुयायींचे मानणे आहे, की ईश्वर किंवा कोणतीही दैवी शक्ती आवागमनापासून मुक्ती देण्यामध्ये असमर्थ आहे. ती जिवाला मोक्ष देऊ शकत नाही. त्यामुळे त्यांना नास्तिकदेखील समजले जाते. त्यांचे मानणे आहे, स्वत: देवतादेखील मुक्त होऊ शकत नाहीत. त्यांना मोक्ष मिळावा म्हणून आधी मनुष्याचा जन्म घ्यावा लागतो आणि जैन धर्माप्रमाणे तप करून जगावे लागते.

ज्यांनी आपल्या इंद्रियांवर (मनावर) विजय प्राप्त केला आहे, जे राग-द्वेष यांच्यापासून मुक्त आहेत, वीतरागी बनलेले आहेत आणि जे याच उद्देशासाठी काम करत आहेत त्यांना जैन म्हटले आहे. जैन धर्माचे लोक मुख्य दोन भागांमध्ये विभागले आहेत. ते म्हणजे, श्वेतांबर आणि दिगंबर. त्यांची परस्परभिन्न अशी मते आहेत. श्वेतांबरांचे मानणे आहे, की महावीरांनी विवाह केला होता; तर दिगंबर (जे वस्त्र धारण करत नाहीत) म्हणतात, त्यांनी विवाहाचा प्रस्ताव नाकारला होता.

श्वेतांबर सांगतात, दीक्षा घेताना भगवान महावीरांच्या माता-पित्याचा मृत्यू झाला होता; तर दिगंबरांच्या मतानुसार त्यांचे माता-पिता जिवंत होते.

श्वेतांबर म्हणतात, 'महावीर वाणीद्वारे (मौखिक) उपदेश देत. दिगंबरांच्या म्हणण्यानुसार महावीर हे दिव्य ध्वनीद्वारे उपदेश करत.'

श्वेतांबर मानतात, 'भगवान महावीर कैवल्य अवस्था प्राप्त केल्यानंतरही भोजन करत होते; तर दिगंबरांचे मानणे आहे, की महावीरांनी कैवल्य ज्ञान प्राप्त केल्यानंतर भोजनाचा त्याग केला.'

श्वेतांबर सांगतात, 'महावीरांच्या निर्वाणानंतर सुधरमा हे प्रथम आचार्य झाले; तर आचार्य गौतम हे निर्वाणानंतरचे प्रथम आचार्य असल्याचे दिगंबर सांगतात.'

श्वेतांबर आणि दिगंबर यांच्या वेगवेगळ्या धारणा आहेत. सर्व धारणांमागचा उद्देश महावीरांची वीरता सिद्ध करणे, त्यांची महानता सिद्ध करून त्यांचे अनुकरण करणे हा आहे. लोकांनी त्यांच्या मार्गावर चालावे, तप करावे, वीतरागी बनावे, संयमी व्हावे, शरीर आणि मनावर विजय प्राप्त करावा. अहिंसा, ब्रह्मचर्य, सेवा करावी, लोकांसाठी जगावे. कित्येकदा मूळ हेतूवर काम करण्यासाठी काही गोष्टी महापुरुषांच्या जीवनासोबत जोडल्या जातात. असे करण्यामागची विद्वानांची भावनाही चांगली असते. परंतु शतके उलटतात तरीही लोक या छोट्या-छोट्या गोष्टींसाठी वादविवादाचा आखाडा बनवतात.

जैन धर्मामध्ये अहिंसा आणि प्राणिमात्रांवरील प्रेम यावर खूप भर दिला जातो. सगळे जैन शाकाहारी असतात. आजच्या मनुष्याला तोच धार्मिक-आध्यात्मिक प्रेरणा देऊ शकतो. तसेच मानसशास्त्रीय, सामाजिक, राजकीय स्तरांवरील समस्यांची उत्तरे शोधण्यासाठी प्रेरक ठरू शकतो. शिवाय तोच लोकशाहीच्या मूलभूत जीवनमूल्यांचा पोषक असेल. सर्वधर्मसमभावाच्या स्थापनेसाठी साहाय्यक असेल. परस्परावलंबी अशा वैश्विक व्यवस्थेचा तसेच सार्वभौम अशा दृष्टीचा प्रदाता असून विश्वशांती तसेच अंतर्राष्ट्रीय सद्भावनेचा प्रेरक असेल. असाच मनुष्य विश्वात प्रेरणादायी ठरू शकतो.

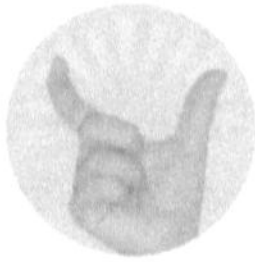

स्वीकार मंत्र मुद्रा

सरश्री : एक अल्प परिचय

सरश्रींचा आध्यात्मिक शोधाचा प्रवास त्यांच्या बालपणापासूनच सुरू झाला होता. हा शोध सुरू असताना त्यांनी अनेक प्रकारच्या पुस्तकांचा अभ्यास केला. त्याचबरोबर आपल्या आध्यात्मिक शोधात मग्न राहून त्यांनी अनेक ध्यानपद्धतींचा अभ्यास केला. त्यांच्या या शोधाने त्यांना अनेक वैचारिक आणि शैक्षणिक संस्थांमध्ये जाण्यासाठी प्रेरित केले. तरीही अंतिम सत्यापासून ते अद्याप दूरच होते.

सत्यप्राप्तीच्या शोधासाठी जास्तीत जास्त वेळ देता यावा, या तीव्र इच्छेने त्यांना, ते करत असलेले अध्यापनाचे कार्य थांबवण्यास प्रवृत्त केले. जीवनाचे रहस्य समजण्यासाठी त्यांनी बराच काळ मनन करून आपले शोधकार्य सातत्याने सुरू ठेवले. या शोधाच्या शेवटी त्यांना 'आत्मबोध' प्राप्त झाला. आत्मसाक्षात्कारानंतर त्यांना जाणवले, की अध्यात्मातील प्रत्येक मार्ग ज्या एका कडीने जोडलेला आहे, ती कडी आहे 'समज' (Understanding).

सरश्री म्हणतात, 'सत्यप्राप्तीच्या सर्व मार्गांचा आरंभ वेगवेगळ्या प्रकारे होतो, परंतु सर्वांच्या शेवटी मात्र एकच समज प्राप्त होते. ही 'समज'च सर्व काही असून, ती स्वतःच स्वतःत परिपूर्ण आहे. आध्यात्मिक ज्ञानप्राप्तीकरिता या 'समजे'चे श्रवणसुद्धा पुरेसे आहे.' हीच 'समज' प्रदान करण्यासाठी सरश्रींनी 'तेजज्ञान फाउंडेशन'ची निर्मिती केली. तेजज्ञान ही आत्मविकासातून आत्मसाक्षात्कार प्राप्त करण्याची परिपूर्ण ज्ञानप्रणाली आहे.

सरश्रींनी अडीच हजारांहून अधिक प्रवचने दिली आहेत आणि शंभरपेक्षा जास्त पुस्तकांची रचना केली आहे. ही पुस्तके दहाहून अधिक भाषांमध्ये अनुवादित केली गेली असून पेंग्विन बुक्स, हे हाउस पब्लिशर्स, जयको बुक्स, हिंद पॉकेट बुक्स, मंजुल पब्लिशिंग हाउस, प्रभात प्रकाशन, राजपाल अ‍ॅण्ड सन्स इत्यादी प्रमुख प्रकाशन संस्थांद्वारे प्रकाशित केली गेली आहेत. सरश्रींच्या मार्गदर्शनाने लाखो लोकांच्या जीवनात परिवर्तन घडले आहे. तसेच, संपूर्ण विश्वाची चेतना वाढवण्यासाठी त्यांनी कित्येक सामाजिक कार्यांची सुरुवातही केली आहे.

तेजज्ञान फाउंडेशन परिचय

तेजज्ञान फाउंडेशन हा आत्मविकासातून आत्मसाक्षात्कार प्राप्त करण्याचा एक प्रभावी मार्ग आहे. यासाठी सरश्रींद्वारा एक अनोखी बोधप्रणाली (System for Wisdom) निर्माण करण्यात आली आहे. या प्रणालीला आंतरराष्ट्रीय प्रमाणपत्र ISO 9001:2008 चे निकष पडताळून आणि त्यांच्या मार्गदर्शक सूचनांनुसार सरळ, व्यावहारिक आणि प्रभावी बनवले गेले आहे.

या संस्थेच्या प्रबोधनपद्धतीच्या भिन्नभिन्न पैलूंना (शिक्षण, निरीक्षण आणि गुणवत्ता) स्वतंत्र गुणवत्ता परीक्षकांद्वारे (Quality Auditors) क्रमबद्ध पद्धतीने पडताळले गेले आणि त्यानंतर या पैलूंना ISO 9001:2008 साठी पात्र समजून या बोधपद्धतीला हे प्रमाणपत्र प्रदान करण्यात आले आहे.

या फाउंडेशनचे उद्दिष्ट आहे आपणास नकारात्मक विचारांकडून सकारात्मक विचारांकडे अग्रेसर करणे. सकारात्मक विचारांकडून शुभ विचारांकडे म्हणजे हॅपी थॉट्सकडे (विधायक आणि आनंदी विचारांकडे) प्रगती. शुभ विचारांकडून निर्विचार अवस्थेकडे मार्गक्रमण आणि निर्विचार अवस्थेच्या अंती आत्मसाक्षात्कार प्राप्ती शक्य आहे. 'मी सर्व विचारांपासून मुक्त व्हावे' हा विचार म्हणजे शुभ विचार (हॅपी थॉट्स) आणि 'मी सर्व इच्छांतून मुक्त व्हावे', अशी इच्छा म्हणजे शुभ इच्छा.

'ज्ञान' या शब्दाचा अर्थ सामान्य ज्ञान असा होतो; परंतु तेजज्ञान म्हणजे ज्ञान व अज्ञान या दोहोंच्या पलीकडचे ज्ञान. पुष्कळ लोक सामान्य ज्ञानाच्या (General Knowledge) माहितीलाच ज्ञान मानतात; परंतु अस्सल ज्ञान आणि नुसती माहिती यांत फार मोठे अंतर आहे. आजमितीला लोक सामान्य ज्ञानाच्या उत्तरांनाच जास्त महत्त्व देतात. अशा ज्ञानाचे विषय म्हणजे कर्म आणि भाग्य, योग आणि प्राणायाम, स्वर्ग आणि नरक इत्यादी. आजच्या युगात सामान्यज्ञान प्राप्त करणारे लोक, आणि असा उपदेश करणारे शिक्षक मोठ्या प्रमाणावर आहेत; परंतु अशा ज्ञानाच्या प्राप्तीने जीवनात काही महत्त्वाचे परिवर्तन घडून येत नाही. असे ज्ञान म्हणजे केवळ बुद्धिविलास आहे किंवा अध्यात्माच्या नावावर चाललेला बुद्धीचा व्यायाम आहे.

सर्व समस्यांवरील उपाय आहे तेजज्ञान. क्रोध, चिंता आणि भय यांपासून मुक्त जीवन म्हणजे तेजज्ञान. शारीरिक, मानसिक, सामाजिक, आर्थिक आणि आध्यात्मिक

प्रगतीचा, सर्वांगीण प्रगतीचा मार्ग आहे तेजज्ञान. तेजज्ञान आपल्या अंतरंगात आहे. इथे या आणि या गोष्टीचा अनुभव घ्या.

आपल्याला असे ज्ञान हवे असेल, जे सामान्य ज्ञानापलीकडे आहे, जे प्रत्येक समस्येवरील उत्तर आहे, जे सर्व प्रकारच्या गृहीत धारणांपासून आपल्याला मुक्त करते, ईश्वरी साक्षात्कार घडवते, जे आपणास अंतिम सत्यात स्थापित करते, तर आता वेळ आली आहे शाब्दिक सामान्यज्ञानातून बाहेर पडून तेजज्ञानाचा अनुभव घेण्याची!

आजवर जपतप, तंत्र-मंत्र, कर्म-भाग्य, ध्यान-ज्ञान, योग-भक्ती असे अनेक मार्ग अध्यात्मात सांगितले गेले आहेत. या सर्व मार्गांनी प्राप्त होणारी अंतिम समज, अंतिम ज्ञान, बोध एकच आहे. अंतिम सत्याच्या जिज्ञासूला, साधकाला शेवटी जी एकच 'समज' प्राप्त होते, ती 'समज' श्रवणानेसुद्धा प्राप्त होऊ शकते. अशा समजप्राप्तीसाठी श्रवण करणे यालाच तेजज्ञान प्राप्त करणे म्हटले गेले आहे. तेजज्ञानाच्या श्रवणाने सत्याचा साक्षात्कार घडतो, ईश्वरी अनुभव मिळतो. हेच तेजज्ञान सरश्री महाआसमानी शिबिरात प्रदान करतात.

नम्र निवेदन

विश्वशांतीसाठी लाखों लोक दररोज सकाळी आणि रात्री ९.०९ मिनिटांनी प्रार्थना करत आहेत. कृपया, आपणही यामध्ये सहभागी व्हावे.

महाआसमानी शिबिर (निवासी)

तुम्हांला सर्वोच्च आनंद हवा आहे? असा आनंद, जो कोणत्याही बाह्य कारणावर अवलंबून नाही... जो प्रत्येक क्षणी वृद्धिंगत होतो. या जीवनात तुम्हांला प्रेम, विश्वास, शांती, समृद्धी आणि परमसंतुष्टी हवी आहे का? शारीरिक, मानसिक, सामाजिक, आर्थिक आणि आध्यात्मिक अशा आयुष्याच्या सर्व स्तरांवर यशस्वी होण्याची तुमची इच्छा आहे का? 'मी कोण आहे' हे तुम्हांला अनुभवाने जाणावेसे वाटते का?

तुमच्या अंतर्यामी अशा सर्व प्रश्नांची उत्तरे जाणण्याची इच्छा आणि 'अंतिम सत्य' प्राप्त करण्याची तृष्णा असेल, तर तेजज्ञान फाउंडेशनतर्फे आयोजित 'महाआसमानी शिबिरा'त तुमचे स्वागत आहे. हे शिबिर आजच्या युगातील आध्यात्मिक गुरू सरश्री यांच्या मार्गदर्शनावर आधारित आहे. सरश्री आजच्या लोकभाषेत अत्यंत सहजपणे आध्यात्मिक समज प्रदान करतात.

महाआसमानी शिबिराचा उद्देश

विश्वातील प्रत्येक मनुष्याने 'मी कोण आहे', या प्रश्नाचे उत्तर जाणून तो सर्वोच्च आनंदाच्या अवस्थेत स्थापित व्हावा, हाच या शिबिराचा मुख्य उद्देश आहे. प्रत्येकाला असे ज्ञान प्राप्त व्हावे, जेणेकरून त्याने प्रत्येक क्षणी वर्तमानात जगण्याची कला आत्मसात करावी. तो भूतकाळाचे ओझे आणि भविष्याची चिंता यांतून मुक्त व्हावा. प्रत्येकाच्या आयुष्यात कधीही न संपणारा आनंद आणि योग्य समज यावी. शिवाय, प्रत्येकाने समस्या विलीन करण्याची कला आत्मसात करावी. थोडक्यात, मनुष्यजन्माचा उद्देश सफल व्हावा, हाच या शिबिराचा उद्देश आहे. 'मी कोण आहे? मी इथे का आहे? मोक्ष म्हणजे काय? या जन्मातच मोक्षप्राप्ती शक्य आहे का?' असे प्रश्न जर तुमच्या मनात असतील, तर त्यांवरील उत्तर आहे -'महाआसमानी शिबिर'.

महाआसमानी शिबिराचे मुख्य लाभ

वास्तविक या शिबिराचे लाभ तर असंख्य आहेत; पण त्यांपैकी मुख्य लाभ पुढीलप्रमाणे

- जीवनात शक्तिशाली ध्येय निश्चित होते
- 'मी कोण आहे' हे अनुभवाने जाणता येते (सेल्फ रियलायजेशन)
- मनाचे सर्व विकार विलीन होतात.
- भय, चिंता, क्रोध, बोरडम, मोह, तणाव या नकारात्मक बाबींतून मुक्ती
- प्रेम, आनंद, मौन, समृद्धी, संतुष्टी, विश्वास अशा दिव्य गुणांशी युक्ती
- साधे, सरळ पण शक्तिशाली जीवन जगता येते
- प्रत्येक समस्येचे निराकरण करण्याची कला प्राप्त होते
- 'प्रत्येक क्षणी वर्तमानात जगणे' हा तुचा स्वभाव बनतो
- आपल्यातील सर्व सकारात्मक शक्यता खुलतात
- याच जीवनात मोक्षप्राप्ती होते

महाआसमानी शिबिरात सहभागी कसे व्हाल?

या शिबिरात सहभागी होण्यासाठी तुम्हांला पुढील बाबींची पूर्तता करायची आहे -

१. तुमचे वय कमीत कमी अठरा किंवा त्यापेक्षा अधिक असायला हवे.

२. सर्वप्रथम तुम्हांला 'सत्य-स्थापना' (फाउंडेशन ट्रुथ रिट्रीट) शिबिरात सहभागी व्हावे लागेल. या शिबिरात, तुम्ही प्रामुख्याने दोन बाबी शिकाल - प्रत्येक क्षणी वर्तमानात जगण्याची कला कशी आत्मसात करावी आणि निर्विचार अवस्था कशी प्राप्त करावी.

३. प्राथमिक स्तरावर तुम्हांला काही प्रवचने ऐकायची असून, त्यांतून तुम्ही मूलभूत समज आत्मसात कराल आणि महाआसमानी शिबिरात प्रवेश करण्यासाठी तयार व्हाल.

महाआसमानी शिबिर वर्षभरात तीन-चार वेळा आयोजित केले जाते. यात हजारो सत्यशोधक सहभागी होतात. महाआसमानी शिबिराची पूर्वतयारी तुम्ही तेजज्ञान फाउंडेशनच्या नजीकच्या सेंटरवरही करू शकता. महाराष्ट्रात अहमदनगर, सातारा, औरंगाबाद, नाशिक, नागपूर, वर्धा, अमरावती, चंद्रपूर, यवतमाळ, कोल्हापूर, सांगली, रत्नागिरी, लातूर, बीड, नांदेड, परभणी, पनवेल, मुंबई, ठाणे, सोलापूर, पंढरपूर, जळगाव, अकोला, बुलढाणा, धुळे, भुसावळ आणि महाराष्ट्रबाहेर सुरत, अहमदाबाद, बडोदा, नवी दिल्ली, बंगळुरू, बेळगाव, धारवाड, रायपूर, भुवनेश्वर, कोलकाता, रांची, लखनौ, कानपूर, चंदीगढ, जयपूर, चेन्नई, पणजी, म्हापसा, भोपाळ, इंदोर, इटारसी, हरदा, विदिशा, बऱ्हाणपूर या ठिकाणी महाआसमानी शिबिराची पूर्वतयारी करू शकता.

तेजज्ञान फाउंडेशनमध्ये उपलब्ध असणाऱ्या सरश्री लिखित पुस्तकांचे वाचन करून किंवा सरश्रींच्या प्रवचनांच्या सीडीज ऐकूनही तुम्ही या शिबिराची पूर्वतयारी करू शकता. याशिवाय, तुम्ही टीव्ही, रेडिओ किंवा यू-ट्युबवरील सरश्रींच्या प्रवचनांचा लाभही घेऊ शकता. पण लक्षात घ्या, पुस्तकांतील ज्ञान, सीडी, टीव्ही, रेडिओ आणि यू-ट्युबवरील प्रवचने म्हणजे 'तेजज्ञानाची तोंडओळख' आहे; 'संपूर्ण तेजज्ञान' मुळीच नाही. तुम्ही महाआसमानी शिबिरात सहभागी होऊनच तेजज्ञानाचा आनंद घेऊ शकता. तेव्हा आगामी महाआसमानी शिबिरात सहभागी होण्यासाठी आजच संपर्क करा - ०९९२१००८०६०/ ७५, ९०११०१३२०८

महाआसमानी शिबिरस्थान

हे शिबिर पुण्यातील मनन आश्रम इथे आयोजित केले जाते. इथे तुमच्या निवासाची आणि भोजनाची व्यवस्था केली जाते. तुम्हांला काही शारीरिक व्याधी असतील आणि त्यासाठी जर तुम्ही नियमितपणे औषधे घेत असाल, तर शिबिरात येताना ती सोबत बाळगावीत. शिवाय, वातावरणानुसार गरम कपडे, स्वेटर, ब्लँकेटही आणावे. पुणे शहरापासून १७ किलोमीटर अंतरावर निसर्गरम्य परिसरात मनन आश्रम वसलेला आहे. आश्रमात महिला आणि पुरुष यांच्या निवासाची स्वतंत्र व्यवस्था असून, इथे जवळपास ८०० लोकांच्या राहण्याची व्यवस्था आहे. आपण हवाईमार्ग, हायवे किंवा रेल्वे अशा कोणत्याही मार्गाने पुण्यात येऊ शकता.

मनन आश्रम :

मनन आश्रम, पुणे, सर्व्हे नं. ४३, सणस नगर, नांदोशी गाव, किरकटवाडी फाटा, तालुका हवेली, जिल्हा पुणे- ४११०२४. फोन : ०९९२१००८०६०

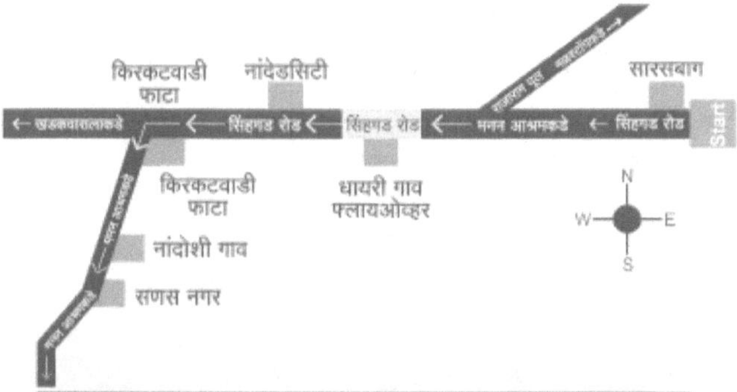

बेस्टसेलर पुस्तक 'विचार नियम'चे रचनाकार सरश्री यांची अन्य श्रेष्ठ पुस्तके

१. **आध्यात्मिक विकास साधण्यासाठी या पुस्तकांचा अवश्य लाभ घ्यावा :**

- अंतर्मनाच्या शक्तीपलीकडील आत्मबळ
- जीवनाची दोन टोके : ध्यान आणि धन
- मांजर आडवं गेले तर : चुकीच्या धारणांतून मुक्ती
- ध्यान दीक्षा : ध्यानाचे दान : 'स्व' साक्षीचे ज्ञान
- ध्याननियम : आध्यात्मिक उन्नतीचा दिव्यमार्ग
- मृत्यू उपरांत जीवन : मृत्यू मोका की धोका
- मृत्यू अंत नव्हे वाटचाल... 'पार्ट टू'चे रहस्य
- ईश्वर कोण? मी कोण? : आत्मसाक्षात्काराचा मार्ग
- तुझी इच्छा तीच माझी इच्छा : भक्ती वरदान

२. **स्व-विकासासाठी या पुस्तकांचा लाभ घ्यावा :**

- विचार नियम : आपल्या यशाचे रहस्य
- विकास नियम : आत्मसंतुष्टीचे रहस्य
- सन ऑफ बुद्धा या कथेतून जाणा : मुलांचा विकास कसा करावा?
- आळसावर मात : उत्साही जीवनाची सुरुवात
- आत्ममनोबल प्राप्त करण्याच्या सात शक्ती : मनासारखे लक्ष्य कसे प्राप्त कराल?
- स्वसंवाद एक जादू : आपला रिमोट कंट्रोल कसा प्राप्त करावा?
- बोरडम, मोह, अहंकार यांपासून मुक्ती : सूक्ष्म विकारांवर विजय
- रचनात्मक विचारसूत्र : नावीन्यपूर्ण विचारांद्वारे जीवन बदलण्याचा मार्ग
- महापुरुषांच्या लेखणीतून...
- सुगंध नात्यांचा : सोनेरी नियमाची किमया

३. **युवकांनी या पुस्तकांचा लाभ घ्यावा :**

- स्वामी विवेकानंद : भारतातील गुरू-शिष्य परंपरेची मशाल
- भगवान बुद्ध : साधना रहस्य आणि जीवनचरित्र
- गुरूनानक : जीवनचरित्र आणि निर्वाण अवस्था
- संत ज्ञानेश्वर : समाधी रहस्य आणि जीवनचरित्र
- रामायण : वनवास रहस्य
- आजच्या युवा पिढीसाठी : विचार नियम फॉर यूथ
- नींव नाइन्टी फॉर टीन्स : बेस्ट कसे बनाल?
- श्रीरामांकडून काय शिकाल : नवरामायण फॉर टीन्स

४. **या पुस्तकांद्वारे प्रत्येक समस्येचे समाधान प्राप्त करा**

- स्वीकाराची जादू : त्वरित आनंद कसा प्राप्त करावा?
- भय, चिंता आणि क्रोध यांपासून : मुक्ती

५. **या आध्यात्मिक कादंबऱ्यांद्वारे जीवनाचे गूढ रहस्य जाणा**

- योग्य कर्मांद्वारे यशप्राप्ती : सन ऑफ बुद्धा
- शोध स्वतःचा : In Search of Peace
- पृथ्वी लक्ष्य : मृत्यूचे महासत्य
- दुःखात खूश राहण्याची कला : संवाद गीता

www.ingramcontent.com/pod-product-compliance
Lightning Source LLC
LaVergne TN
LVHW040745051026
849519LV00007BA/2444
* 9 7 8 9 3 8 6 2 0 4 7 8 3 *